AF269830

日本語能力試験・日本留学試験
読解対策シリーズ
JLPT/EJU reading comprehension series
JLPT/EJU 阅读理解系列措施
JLPT/EJU biện pháp đọc hiểu loạt
英語・中国語・ベトナム語
対訳付き

日本語 N4 文法・読解 まるごとマスター

Japanese Language Proficiency Test N4 Reading Compulsory Pattern
日语能力考试 N4 读解 必修的模式
Bài kiểm tra trình độ tiếng Nhật bản N4 cách đọc Mô hình bắt buộc

水谷信子 著

Jリサーチ出版

『日本語Ｎ５　文法・読解まるごとマスター』の続編として、『日本語Ｎ４　文法・読解まるごとマスター』をお届けします。

　日本語の教材のうち、読解の学習書は少ないのが現状です。これは、読解力の向上に必要な、あるいは有効な学習法があまり進まなかったからかもしれません。読解力をつけるための学習法を開発して、意欲的な学習者の皆さんの役に立ちたいという願いから、今回、「Ｎ５」に続いて「Ｎ４」をまとめることができ、日本語教材の開発に長く従事してきた者として本当にうれしく思っています。

　この教材の特色は、読解力を高めるため、文法項目を整理しながら実際の文例に即した学習ができるように工夫したことです。また、文を構成する各要素の関係を図解によって理解できるようにしました。文の成り立ちをよく理解し、重要な文法項目をひとつずつ着実にものにして、次第に文の長さや文法項目の複雑さを克服していくよう工夫しました。この点は「Ｎ５」と共通していますが、この「Ｎ４」では文の長さと複雑さに焦点を当てて、あなた自身の読解力を伸ばすことに努めました。どうぞ本書を活用してください。

水谷信子

This is N4 Grammar and Reading Comprehension: Everything You Need to Know, the follow-up to N5 version. While there are many Japanese-language instructional materials that focus on conversational relationships, there are still few study books about reading comprehension. This could be because the development of study methods needed to improve one's reading ability, or to do so in an effective way, had not been particularly advanced. We have worked together with various publishers in order to fulfill our wish to be of use to ambitious and motivated students of Japanese by developing study materials that can improve reading ability, and after creating a book for the N5 level, we have been able to consolidate our results here for the N4 level at last. As someone who is engaged in the development of Japanese-language teaching materials, it makes me truly happy to be able to present all of you with this reading comprehension series.
What sets these materials apart is the way they have been designed, organizing grammar items together while being based on real sample sentences in order to improve your reading comprehension ability. We have also provided diagrams to allow you to understand the relationship between the various elements used to construct sentences. We have worked to enable you to thoroughly understand the organization of sentences as well as their important grammatical items one at a time, putting this book together in a way that will allow you to overcome long sentences and complex grammar. While the same was true for our N5 volume, we have worked to put special focus on long and complex sentences in this N4 text so that you can improve your reading comprehension abilities. We hope you make full use of this book.

水谷信子

作为『日语Ｎ５　语法·读解彻底掌握』的续篇，这次为大家献上『日语 N4 语法·读解彻底掌握』。

当前，在日语教材中，有关读解方面的教材不多。这也许是因为提高阅读理解能力所需要的或者说其有效的学习方法还没有得到开发。从开发提高阅读能力的学习方法，来帮助有学习欲望的人们这个愿望出发，这次又推出了继「Ｎ５」之后的「Ｎ４」系列。作为长年从事日语教材开发的工作着，感到由衷的喜悦。

本教材的特色是为了提高阅读理解能力，在归纳语法项目的同时，针对实际的例句立刻进行练习上下了很大的功夫。并且将构成句子的各种因素通过图解进行理解。在认真理解句子构成，将重要的语法项目逐一展开，并着实加以理解，逐渐地克服长句子及复杂的语法项目上也下了很大的功夫。「Ｎ４」系列以文章的长度、难度为焦点，努力致力于增强大家的自信、提高阅读能力。请应用此书，提高您的阅读理解能力。

水谷信子

Xin trân trọng giới thiệu đến các bạn quyển "Nắm vững toàn bộ phần ngữ pháp-đọc hiểu tiếng Nhật trình độ N4" là bản tiếp theo của "Nắm vững toàn bộ phần ngữ pháp-đọc hiểu tiếng Nhật trình độ N5".

Trong những sách học tiếng Nhật thì số sách học về đọc hiểu vẫn rất ít. Đó có thể là do việc nghiên cứu phương pháp học tập để nâng cao khả năng đọc hiểu chưa được phát triển mấy. Vì vậy tôi nghiên cứu phát triển phương pháp học tập để giúp đỡ các bạn học tiếng Nhật nâng cao khả năng đọc hiểu. Tiếp theo trình độ N5, tôi đã hoàn thành bản về trình độ N4. Là một người nghiên cứu về giáo trình tiếng Nhật, tôi rất vinh dự khi được đưa quyển sách này đến các bạn.

Đặc trưng của bộ sách này là bạn có thể vừa sắp xếp lại được các đề mục ngữ pháp vừa học dựa vào những câu ví dụ trên thực tế. Hơn nữa, cũng có thể hiểu được về mối quan hệ giữa các yếu tố trong cấu trúc câu thông qua các hình vẽ minh hoạ. Với quyển sách này bạn sẽ có thể dần dần vượt qua được độ dài của đoạn văn hay sự phức tạp của các đề mục ngữ pháp bằng cách hiểu rõ cấu trúc câu và hiểu rõ các đề mục ngữ pháp trong câu từng phần một. Những điểm này là điểm chung với bản trình độ N5, riêng với bản trình độ N4 thì sẽ tập trung hơn vào độ dài hay sự phức tạp của đoạn văn để giúp bạn nâng cao khả năng đọc hiểu. Hi vọng các bạn có thể nâng cao được khả năng đọc hiểu thông qua quyển sách này.

水谷信子

目 次
もく じ

Table of Contents
目录
Mục lục

目次 Contents ／目录／ Mục lục

PART 2 実践！ 読解トレーニング 情報編
じっせん どっかい じょうほうへん
Try it for Real! Reading Comprehension Training: Information Section　**125**
实践！读解训练　情报篇
Thực tiễn! Luyện tập đọc hiểu　Tập Thông tin

● この課のタイトル／ Title of This Lesson ／本课的标题／ Tên bài

「Grammar Target」から主なものを一つ取り上げ示しています。

Points out and indicates one major element from 「Grammar Target」.

表示从「Grammar Target」的主要内容中抽出其中的一个。

Nêu ra một câu chính trong phần「Grammar Target」.

● モデル文章／ Model sentences ／模式文章／ Đoạn văn mẫu

「Grammar Target」を含む文章の例です。

Example sentences including 「Grammar Target」.

包含「Grammar Target」内容在内的文章的例子。

Là đoạn văn mẫu bao gồm các đề mục ngữ pháp có trong「Grammar Target」.

● Grammar Target

この課で取り上げた N4 レベルの文法項目です。

N4 level grammar items discussed in this lesson.

是指本课所提示的 N4 水平的语法项目

Là những đề mục ngữ pháp trình độ N4 có trong mỗi bài.

PART 1
実践！読解トレーニング
文章編
§1 (L1-10)

Lesson 1 ～つもり　Intend to ~ ／打算～／ định ～

Grammar Target
- ～ていた
- V 可能形（かのうけい）
- ～つもり

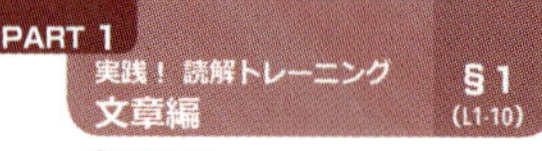

> わたしは くだものが 好きで、国で よく 食べていました。❶日本の くだものも 食べたいですが、高くて あまり 買えません。今日も イチゴを 買いたかったです。❷でも、お店の 人が「これから 安くなりますよ」と 言いましたから、安くなってから 買うつもりです。お店の 前を 通るとき、いつも くだものと ねだんを 見ます。

Watashi wa kudamono ga suki de, kuni de yoku tabete imashita. ❶ *Nihon no kudamono mo tabetai desuga, takakute amari kaemasen. Kyō mo ichigo o kaitakatta desu.* ❷ *Demo, o-mise no hito ga "Korekara yasuku narimasu yo." to īmashita kara, yasuku natte kara kau tsumori desu. O-mise no mae o tōru toki, itsumo kudamono to nedan o mimasu.*

Vocabulary

- □ くだもの　*kudamono* : fruit／水果／ hoa quả
- □ イチゴ　*ichigo* : strawberries／草莓／ dâu tây
- □ ～つもり　*~ tsumori* : intend to ～／打算～／ định ～
- □ ねだん　*nedan* : price／价格／ giá cả

V 可能形　V potential form／V 可能形／Động từ thể khả năng

The potential form of 「買う」 is 「買える」, and its negative form is 「買えない」, which becomes 「買えません」 when said politely.
Potential form changes depending on the verb. For verbs whose negative form ends with "-anai," in other words verbs like 「読む」 and 「話す」, the potential form becomes "-eru". For example, 「よむ - よめる」 and 「はなす - はなせる」.

「買う」的可能形是「買える」，其否定形是「買えない」，比郑重的说法是「買えません」。
可能形根据动词不同，否定形以「-anai」结句的动词，即「読む」「話す」这样的可能形为「-eru」，即「よむ - よめる」「はなす - はなせる」。

Dạng khả năng của「買う」là「買える」và dạng phủ định của nó là「買えない」, nếu muốn nói lịch sự hơn thì sẽ dùng「買えません」.
Cách chia thể khả năng khác nhau tùy theo động từ. Những động từ có dạng phủ định là「-anai」, chẳng hạn như「読む」「話す」, sẽ có dạng khả năng là「-eru」giống như「よむ - よめる」「はなす - はなせる」.

EX1 この 漢字は 読めますが、書けません。〈読む〉〈書く〉
(I can read this kanji, but I cannot write it.／这个汉字会读但不会写。／ Tôi có thể đọc được chữ Hán này nhưng không viết được.)

EX2 母は 足が よわいので、あまり 走れません。〈走る〉
(My mother has weak legs, so she cannot run very much.／母亲脚不好，不太能走。／ Mẹ tôi chân yếu nên không chạy được nhiều.)

20

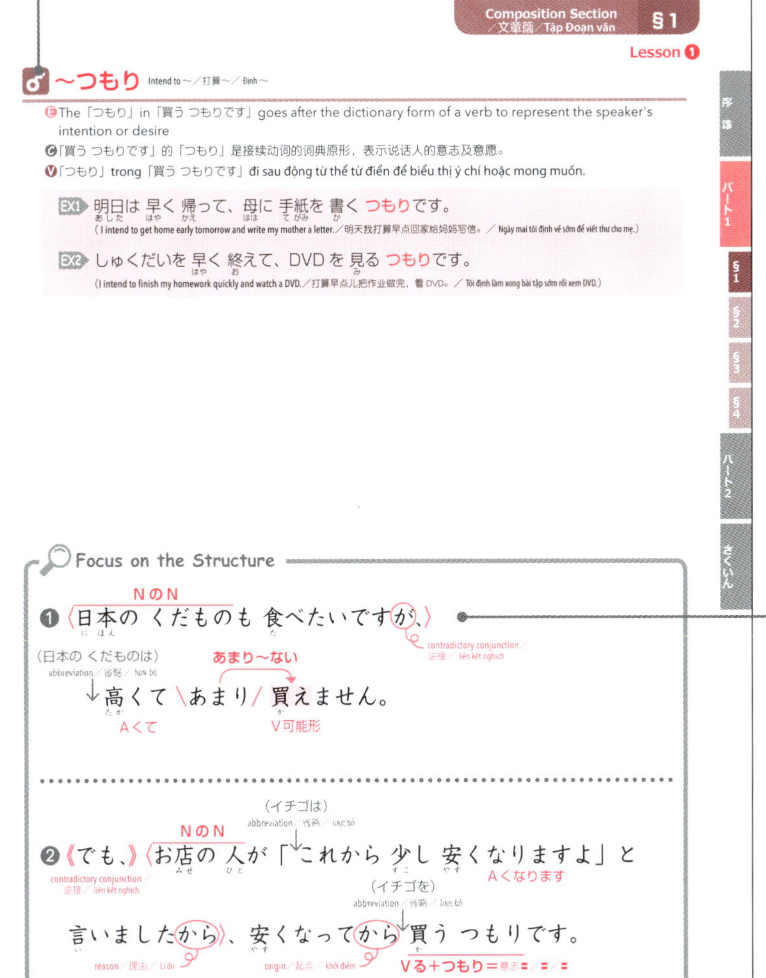

Focus on the Structure

モデル文章から１〜2の文を取り上げ、文の構造や修飾関係を説明しています。

Discusses 1~2 sentences from model sentences, and describes sentence structure and/or modifier relationship.

从模式文章抽出１〜2个句子来说明句子的构造及修饰关系等。

Đưa ra câu 1~2 trong đoạn văn mẫu, giải thích về cấu trúc hoặc mối quan hệ bổ nghĩa của câu.

✳ 主な 記号など　Major Symbols, Etc. ／主要的记号等／ Những ký hiệu chính

記号	日本語	English	中文	Tiếng Việt
⌒→	修飾	Modifier	修饰	bổ nghĩa
	動詞→目的語	Verb → object	动词→宾语	động từ → tân ngữ
[　]	名詞句	Noun Phrase	名词句	cụm danh từ
〈　〉	句	Passage	句	cụm từ
＼　／	副詞、副詞句	Adverb, adverbial phrase	副词，副词句	trạng từ, cụm trạng từ
《　》	接続詞	Conjunction	连词	liên từ
〔　〕	節	Clause	节	mệnh đề
◯ ◯	助詞	Particle	助词	trợ từ
▭	修飾される 語	Modified word	被修饰语	từ được bộ nghĩa
＝	主節	Principal clause	主节	mệnh đề chính
S - V	主語－述語	Subject - Predicate	主语－谓语	chủ ngữ-vị ngữ
	主語－述部		主部－谓部	
グレーの字　Gray characters／灰体字／ chữ in màu xám	省略された 語句	Omitted words	被省略的语句	cụm từ được lược bỏ

✳ 主な 略称　Main Abbreviations ／主要略称／ cách nói tắt chủ yếu

略称	日本語	English	中文	Tiếng Việt
V	動詞	Verb	动词	động từ
A	イ形容詞	*I*-adjective	イ形容词	tính từ đuôi I
NA	ナ形容詞	*Na*-adjective	ナ形容词	tính từ đuôi NA
N	名詞	Noun	名词	danh từ
Vます	動詞の ます形	Masu form of a verb	动词的ます形	thể MASU động từ
Vて	動詞の て形	Te form of a verb	动词的て形	thể TE động từ
Vた	動詞の た形	Ta form of a verb	动词的た形	thể TA động từ
Vる	動詞の 辞書形	Dictionary form of a verb	动词的词典形	thể từ điển động từ

序 章　日本語のさらなる特徴をとらえましょう

　本書では、Ｎ５の段階からさらに進んだ日本語の特徴を学び、理解し習得することを目指します。複雑な構造の文を理解する力、自分の意志や判断結果などを的確に表現しうる能力を身につけることが目標です。具体的には、前の段階では十分に活用できなかった能力、たとえば、意志、判断、推量などの表現能力を身につけることを目標としています。

◆ 構造面の理解

　本書では、数行の短い文から発展して複雑な事情の説明などを扱ったものが出てきます。話題の提示、説明、事柄の側面などが理解できるよう、高度な読解能力を養うように工夫しました。

◆ さまざまな表現の理解

　読解能力を向上させるためには、さまざまな表現の理解が必要です。このため、「～と（条件）」「～かどうか」「～しか～ない」「～そう（様態）」「～そう（伝聞）」など、よく使われる表現を豊富に集めて解説し、例文を付けました。

◆ さまざまな表現の練習

次のような目的に沿った表現の練習に力を入れました。

❶ 意志

自分の意志を伝える表現を「〜つもり」「〜ようと思う」などで練習します。

❷ 推量

「〜だ」と断定するだけでなく、推量して表現することも大切です。「〜らしい」「〜かもしれない」などを導入して、推量表現の能力を高めます。

❸ 判断

ただ、「〜だと思う」だけでなく、「〜ような気がする」「〜らしい」「〜かもしれない」「〜そうだ」など、複雑な表現を身につけることを目的としました。

❹ 伝聞

人に聞いたことを伝えるのには、さまざまな表現があります。ただ、「彼は国に帰ったそうです」という「そうです」だけでなく、「〜らしい」その他も練習します。

❺ その他

「〜たほうがいい」「なかなか〜ない」「〜にくい」「〜やすい」など、実際によく使われる表現を豊富に集めました。

◆ 文のまとまりの重要性

さまざまな表現の理解には、単独の文でなく、文のまとまった集合の中で理解することで大切です。このため、つねに数行の段落を用意して、理解力の向上を図りました。初めは短いまとまりを提示し、理解が進むにつれてかなり長いまとまりを提示するように工夫しました。知らず知らずのうちに長いまとまりに慣れていっていただきたいと願っています。そして、まとまった文の集合に挑戦し、書かれている内容を理解していくよろこびを感じていただければと思います。

Preface | Understand More Traits of the Japanese Language

This book aims to go past the N5 level as it teaches students more advanced traits of the Japanese language, allowing them to understand and acquire this knowledge. Its goal is to allow you to gain strength to understand sentences with complicated structures and the ability to express your own intentions and decisions in a precise way. Specifically, its objective is to give you the ability to express things that you could not fully make use of at previous stages, such as intentions, decisions, guesses, and more.

◆ Structural Understanding

This book goes beyond multiple short sentences to ones that explain more complicated situations. We have worked to allow you to build a high level of reading comprehension that you can use to understand the presentation and description of a topic, different aspects of a matter, and more.

◆ Understanding Various Expressions

Understanding various expressions is essential to raise your level of reading comprehension. This is why we have gathered a plethora of often-used expressions such as " 〜と（condition）," "whether or not〜," "only 〜," " 〜そう（condition）," and " 〜そう（hearsay）," explaining them and providing example sentences.

◆ Practicing Various Expressions

We have put focus into practice for expressions that accomplish the following.

❶ Intentions

Learn expressions to communicate your own intentions such as "feel like~" and "think that~"

❷ Guesses

Instead of only making conclusive statements with "~*da*," it is important to also be able to express yourself through conjecture. Adding "seems like~" and "could be~" to your vocabulary will increase your ability to express guesses.

❸ Decisions

Our goal is for you to be able to use complicated expressions such as "feel like~," "seems like~," "could be~," and "sounds like~" instead of only using "I think~."

❹ Hearsay

There are various expressions you can use when telling others about something you have heard. Rather than only using「そうです」such as in the sentence "It sounds like he has returned to his country," you will also practice expressions such as「〜らしい」.

❺ Other

We have also collected a plethora of other often-used expressions such as "should~," "not ~ing much," "hard to~," and "easy to~."

◆ The Importance of Understanding Sentences as a Unit

In order to understand various expressions, it is important to understand them not as individual sentences but as a collection of sentences as a single unit. For this reason, we have prepared many multi-line paragraphs in order to improve your understanding abilities. These begin with shorter units but are designed to present much longer paragraphs as your understanding grows. We hope that you will become used to long groupings of sentences before you notice it. We also hope you will enjoy the feeling of taking on these groupings of sentences and understanding what is being said by them.

序章　掌握日语更多特征

　　本书是以在 N5 的基础上，掌握更多的日语特征及理解为目的，以增强复杂句子构造的理解，确切地表达自己的意志及判断结果为目标。具体的说是提高前一个阶段所没有完全掌握的实际表达能力，如意志、判断、推测等。

◆ 构造上的理解

　　本书涉及从几行的短句到复杂事情的说明等。在能理解话题的提示、说明、事情的侧面及培养高度的阅读能力方面下了很大的功夫。

◆ 各种表现的理解

　　为了提高阅读理解能力，有必要掌握理解各种表现。因此本书收集了像「～と（条件）」、「～かどうか」、「～しか～ない」、「～そう（样态）」、「～そう（传说）」等很多常用的表达语句，并付有解说及例句。

◆ 各种表现的练习

在以下几个方面增强其表达能力的练习。

❶ 意志

传达自己意志表现的「～つもり」、「～ようと思う」等的练习。

❷ 推测

不只是用「～だ」来表达判断,推测表现也很重要。如通过「～らしい」、「～かもしれない」等练习,来提高推测表达能力。

❸ 判断

表示判断的不只是「～だと思う」,还有「～ような気がする」、「～らしい」、「～かもしれない」、「～そうだ」等,掌握这些复杂的表现很重要。

❹ 传说

表达从别人那里听到的事情的说法有很多。不只是像「彼は国に帰ったそうです／听说他回国了。」的「そうです」,还有「～らしい」等。

❺ 其他

书中还收集了像「～たほうがいい」、「なかなか～ない」、「～にくい」、「～やすい」等日常生活中常用的很多表达方法。

◆ 抓住句子整体的重要性

各种表现的理解,不只局限每个单个句子,要从整体中理解其意思是非常重要的。为此准备了几行的段落的文章,以提高其理解能力。开始是短句的归纳,随着理解的加深再由短到长。在这种由浅入深的过程中会自然适应对长句文章的理解,从中感受到对读解能力提高的成就感和快乐感。

Lời mở đầu — Cùng nắm bắt thêm các đặc trưng của tiếng Nhật

Mục đích của cuốn sách này là để những bạn đã học xong N5 sẽ hiểu và nắm được thêm các đặc trưng của tiếng Nhật. Các bạn sẽ hiểu được những câu có cấu trúc phức tạp, có thể diễn đạt chính xác ý chí hoặc kết quả đánh giá của mình. Cụ thể, các bạn sẽ có được năng lực diễn đạt các mẫu câu mà ở giai đoạn trước chưa sử dụng thành thạo, chẳng hạn như mẫu câu ý chí, đánh giá, suy đoán.

◆ Hiểu được cấu trúc câu

Trong cuốn sách này sẽ có những nội dung sử dụng cách giải thích phức tạp, triển khai từ đoạn văn ngắn. Điều này sẽ giúp cho các bạn hình thành năng lực đọc hiểu trình độ cao để hiểu được cách nêu vấn đề, cách giải thích, khía cạnh khác của sự việc.

◆ Hiểu được nhiều mẫu câu đa dạng

Để nâng cao năng lực đọc hiểu, các bạn cần phải biết nhiều mẫu câu đa dạng. Vì vậy, cuốn sách này tập hợp nhiều mẫu câu hay sử dụng như 「〜と（điều kiện）」「〜 hay không」「〜 chỉ có 〜」「〜そう（trạng thái）」「〜そう（nghe nói）」. Mỗi mẫu câu đều có phần giải thích và ví dụ minh họa.

◆ Luyện nhiều mẫu câu đa dạng

Cuốn sách chú trọng việc luyện các mẫu dựa theo các mục đích sau:

❶ Ý chí

Luyện tập các mẫu câu truyền đạt ý chí của mình như "dự định ~", "muốn làm~".

❷ Suy đoán

Bên cạnh các mẫu câu khẳng định như "Là~", việc diễn đạt suy đoán cũng rất quan trọng. Cuốn sách đưa vào các mẫu câu như "hình như~", "có lẽ là~" giúp các bạn có thêm năng lực diễn đạt suy đoán của mình.

❸ Đánh giá

Bên cạnh mẫu câu "nghĩ là~", các bạn sẽ nắm được những mẫu câu phức tạp như "có cảm giác là~", "hình như là~", "có lẽ là~".

❹ Nghe nói

Có rất nhiều mẫu câu để truyền đạt cho người khác điều mình nghe thấy. Bên cạnh mẫu câu「そうです」trong câu "Tôi nghe nói anh ấy đã về nước", cũng sẽ luyện cả mẫu câu「～らしい」.

❺ Khác

Cuốn sách tập hợp rất nhiều các mẫu câu thực tế hay sử dụng như "nên~", "mãi mà không~", "khó~", "dễ~".

◆ Tầm quan trọng của tập hợp câu

Để hiểu được các mẫu câu đa dạng, bên cạnh các câu đơn lẻ, việc hiểu trong cả một tập hợp câu cũng rất quan trọng. Vì vậy, trong cuốn sách có nhiều các đoạn văn gồm nhiều dòng với mục đích giúp các bạn nâng cao năng lực đọc hiểu. Ban đầu sẽ là các đoạn văn ngắn, dần dần, khi năng lực đọc hiểu của các bạn tăng lên thì độ dài đoạn văn cũng tăng lên. Mục đích là để các bạn quen với các đoạn văn dài lúc nào không hay. Thử sức với một tập hợp câu, chúng tôi mong các bạn sẽ cảm nhận được niềm vui khi hiểu được nội dung viết trong tập hợp đó.

PART 1

実践！ 読解トレーニング 文章編

Try it for Real! Reading Comprehension Training
Composition Section

实践！ 读解训练
文章篇

Thực tiễn! Luyện tập đọc hiểu

Tập Thông tin

Lesson 1 ～つもり

Intend to ~
打算～
định ～

わたしは くだものが 好きで、国で よく 食べていました。
❶日本の くだものも 食べたいですが、高くて あまり 買えません。
今日も イチゴを 買いたかったです。❷でも、お店の 人が「これ
から 安くなりますよ」と 言いましたから、安くなってから 買う
つもりです。お店の 前を 通るとき、いつも くだものと ねだん
を 見ます。

Watashi wa kudamono ga suki de, kuni de yoku tabete imashita. ❶ *Nihon no kudamono mo tabetai desuga, takakute amari kaemasen. Kyō mo ichigo o kaitakatta desu.* ❷ *Demo, o-mise no hito ga "Korekara yasuku narimasu yo." to īmashita kara, yasuku natte kara kau tsumori desu. O-mise no mae o tōru toki, itsumo kudamono to nedan o mimasu.*

Vocabulary

☐ くだもの　*kudamono*：fruit／水果／hoa quả

☐ ～つもり　*tsumori*：intend to ~／打算～／định ~

☐ イチゴ　*ichigo*：strawberries／草莓／dâu tây

☐ ねだん　*nedan*：price／价格／giá cả

🔑 V 可能形　V potential form／V 可能形／Động từ thể khả năng

Ⓔ The potential form of「買う」is「買える」, and its negative form is「買えない」, which becomes「買えません」when said politely.

Potential form changes depending on the verb. For verbs whose negative form ends with "-anai," in other words verbs like「読む」and「話す」, the potential form becomes "-eru". For example,「よむ - よめる」and「はなす - はなせる」.

Ⓒ「買う」的可能形是「買える」, 其否定形是「買えない」, 比郑重的说法是「買えません」。

可能形根据动词而不同, 否定形以「-anai」结句的动词, 即「読む」「話す」这样的可能形为「-eru」, 即「よむ - よめる」「はなす - はなせる」。

Ⓥ Dạng khả năng của「買う」là「買える」và dạng phủ định của nó là「買えない」, nếu muốn nói lịch sự hơn thì sẽ dùng「買えません」.

Cách chia thể khả năng khác nhau tùy theo động từ. Những động từ có dạng phủ định là「-anai」, chẳng hạn như「読む」「話す」, sẽ có dạng khả năng là「-eru」giống như「よむ - よめる」「はなす - はなせる」.

EX1 この 漢字は 読めますが、**書けません。**〈読む〉〈書く〉
(I can read this kanji, but I cannot write it.／这个汉字会读但不会写。／Tôi có thể đọc được chữ Hán này nhưng không viết được.)

EX2 母は 足が よわいので、あまり **走れません。**〈走る〉
(My mother has weak legs, so she cannot run very much.／母亲脚不好，不太能走。／Mẹ tôi chân yếu nên không chạy được nhiều.)

🔑 ～つもり　Intend to ～／打算～／định ～

E The「つもり」in「買う つもりです」goes after the dictionary form of a verb to represent the speaker's intention or desire

C「買う つもりです」的「つもり」是接续动词的词典原形，表示说话人的意志及意愿。

V「つもり」trong「買う つもりです」đi sau động từ thể từ điển để biểu thị ý chí hoặc mong muốn.

EX1　明日は 早く 帰って、母に 手紙を 書く **つもり**です。
（I intend to get home early tomorrow and write my mother a letter.／明天我打算早点回家给妈妈写信。／ Ngày mai tôi định về sớm để viết thư cho mẹ.）

EX2　しゅくだいを 早く 終えて、DVD を 見る **つもり**です。
（I intend to finish my homework quickly and watch a DVD.／打算早点儿把作业做完，看 DVD。／ Tôi định làm xong bài tập sớm rồi xem DVD.）

🔍 Focus on the Structure

❶〈日本の くだものも 食べたいですが、〉

NのN

（日本の くだものは）
abbreviation／省略／lược bỏ

contradictory conjunction／逆接／liên kết nghịch

↓ 高くて ＼あまり／ 買えません。

あまり～ない

Aくて　　　V可能形

（イチゴは）
abbreviation／省略／lược bỏ

❷《でも、》《お店の 人が「これから 少し 安くなりますよ」と

NのN

contradictory conjunction／逆接／liên kết nghịch

Aく なる

（イチゴを）
abbreviation／省略／lược bỏ

言いました**から**）、安くなって**から** 買う つもりです。

reason／理由／Lí do　　　origin／起点／khởi điểm　　　Vる＋つもり ＝ intention／意志／ý chí

Lesson 2 ～て しまう

End up ～
～了［完了、过失］
～ lỡ làm

今日、さくらさんと 一緒に 山へ 行きました。❶朝、9時 少し 前に わたしが 駅に 着くと、さくらさんは もう 待っていました。❷そして、大きな 声で「早く、早く。急がないと、電車に 乗れなくなってしまいますよ。」と 言いました。わたしは「すみません！」と 言って、すぐに 二人で 走りました。電車は、もう 来て いました。でも、それは、一つ 前の 電車でした。

Kyō, Sakura-san to issho ni yama e ikimashita. ❶Asa, ku-ji sukoshi mae ni watashi ga eki ni tsukuto, Sakura-san wa mō matte imashita. ❷Soshite, ōkina koe de "Hayaku, hayaku. Isoganai to, densha ni norenaku natte shimaimasu yo." to īmashita. Watashi wa " Sumimasen! " to itte, suguni futari de hashirimashita. Densha wa, mō kite imashita. Demo, sore wa, hitotsu mae no densha deshita.

Vocabulary

□ 早く　*hayaku*：early, swiftly／快点儿／ Nhanh　　　　□ 急ぐ　*isogu*：hurry／急忙／ Khẩn trương

🔑 ～と ［条件 Condition／条件／ Điều kiện］

Ⓔ The「と」in「急がないと」represents a condition. Check to make sure you know the difference between when it is used with the negative form of a verb versus the positive form.

Ⓒ「急がないと」的「と」是表示条件。要注意接动词否定形与接动词肯定形的不同。

Ⓥ「と」trong「急がないと」là chỉ điều kiện. Hãy cùng xem sự khác biệt giữa trường hợp đi với động từ dạng phủ định và trường hợp đi với động từ dạng khẳng định.

EX1 早く 行かないと、せきが なくなります。
(If you don't go early, there will be no seats left.／不早点儿去就没位子了。／ Nếu không đi sớm thì sẽ hết chỗ.)

EX2 早く 行くと、前の ほうの せきに すわれます。
(If you go early, you can sit in a seat towards the front.／早点儿去能坐到前面的位子。／ Nếu đi sớm thì có thể ngồi ở ghế đằng trước.)

Ⓔ「～と」can also be used as a definite condition when speaking about the past. Expresses the next scene or development.

Ⓒ「～と」也可以用在叙述过去事情的确定条件的用法上。表示下次的场面以及展开。

Ⓥ「～と」cũng mang ý nghĩa điều kiện giả định để nói về sự việc trong quá khứ. Chỉ sự triển khai tiếp theo.

EX くすりを 飲むと、少し 楽に なりました。
(When I took the medicine, I felt a little better.／一吃药就感到舒服点儿了。／ Nếu uống thuốc thì sẽ dễ chịu hơn một chút.)

🗝 ～て しまう　End up ～／～了［完了、过失］／～ lỡ làm

E The 「しまいます」 in 「乗れなく なって しまいます」 is attached to the te-form of a verb and represents feelings of regret.

C 「乗れなく なって しまいます」 的 「しまいます」 附加在动词『て形』后，表示遗憾的意思。

V 「しまいます」 trong 「乗れなく なって しまいます」 đi với động từ thể 「～て」, biểu hiện cảm giác nuối tiếc.

> **EX1** 雨が ふったので、旅行は 中止になっ**て しまいました**。
> あめ　　　　　　　　りょこう　　ちゅうし
> (It rained, so the trip ended up getting canceled.／因为下雨了，所以旅行被取消了。／Trời mưa nên chuyến du lịch bị hoãn.)

> **EX2** 早く 買わないと、なくなっ**て しまいます**よ。
> はや　か
> (If you don't buy it fast, it will end up running out.／不快点儿买就没了。／Không mua nhanh là sẽ hết mất đấy.)

🔍 Focus on the Structure

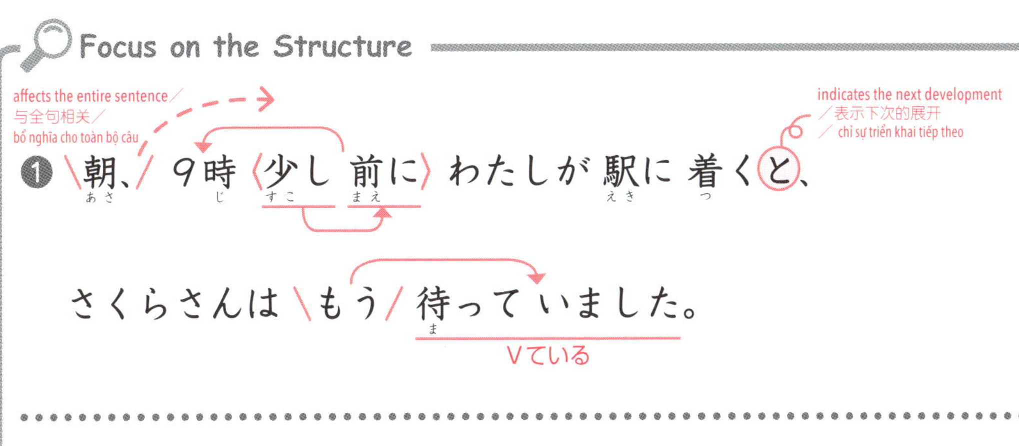

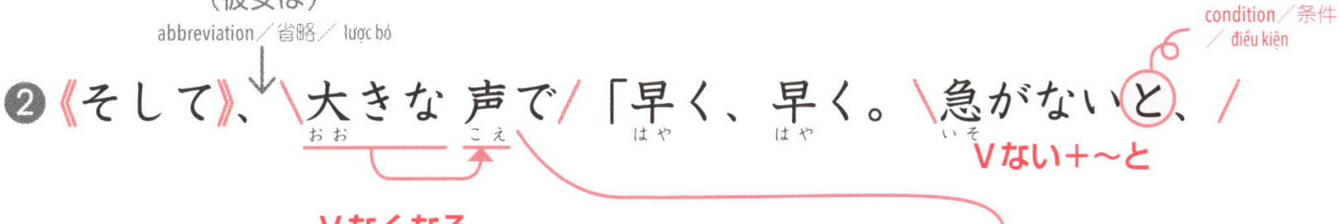

E Similar to 「乗ります」, verbs with a potential form become 「帰ります（→帰れません）」「送ります（→送れません）」「取ります（→取れません）」.

C 与「乗ります」相同的可能形还有「帰ります（→帰れません）」「送ります（→送れません）」「取ります（→取れません）」等。

V Những động từ có thể chia dạng khả năng giống như 「乗ります」 là 「帰ります（→帰れません）」「送ります（→送れません）」「取ります（→取れません）」.

Grammar Target
◆ ～か どうか
◆ ～が ある

Lesson 3 ～か どうか

Whether or not ～
是否～
～ hay không

❶月曜日の 朝、ワンさんから 急に 電話が 来て、「今日は ねつが ありますから、授業を 休みます。すみませんが、あとで ノートを かして ください。」と 言いました。そして 今日、ワンさんの 部屋に 行きました。❷わたしは ノートを 見せて、「うまく 書けたか どうか、わかりませんよ。」と 言いました。ワンさんは「とても ていねいに 書いて いますね。どうも、ありがとう。」と 言って、500 円の 図書カードを くれました。

❶ *Getsuyōbi no asa, Wan-san kara kyū ni denwa ga kite, "Kyō wa netsu ga arimasu kara, jugyō o yasumimasu. Sumimasen ga, atode nōto o kashite kudasai." to īmashita. Soshite kyō, Wan-san no heya ni ikimashita.* ❷ *Watashi wa nōto o misete, "Umaku kaketaka dō ka, wakarimasen yo." to īmashita. Wan-san wa "Totemo tēnē ni kaite imasu ne. Dōmo, arigatō." to itte, gohyaku-en no tosho kādo o kuremashita.*

Vocabulary

- ☐ ねつ　*netsu*：fever／发烧／sốt
- ☐ 見せる　*miseru*：show／给～看／đưa cho xem
- ☐ うまく　*umaku*：well／好／tốt
- ☐ ていねいに　*teineini*：properly; thoroughly／认真／cẩn thận
- ☐ 図書カード　*tosho kādo*：book certificate (a pre-paid card for buying books)／图书卡／thẻ mua sách

🔑 ～か どうか　Whether or not ～／是否～／～ hay không

Ⓔ 「～か どうか」 is an expression used to indicate a choice of 「A または B」. A verb or adjective in dictionary form comes before 「か」. Even when being polite, 「うまく 書けたか どうか」 is not said 「うまく 書けましたか どうですか」.

Ⓒ 「～か どうか」 是表示「A または B」的选择。「か」的前面一般接动词及形容词的原形。郑重说法也一样，「うまく 書けたか どうか」 不说「うまく 書けましたか どうですか」。

Ⓥ 「～か どうか」 là mẫu câu chỉ sự lựa chọn「A または B」. Động từ và tính từ đứng trước「か」 sẽ để ở dạng từ điển. Ngay cả trong trường hợp lịch sự cũng không chuyển「うまく 書けたか どうか」thành「うまく 書けましたか どうですか」.

EX1 料理が おいしいか どうか、意見を 言って ください。
（Please tell me your opinion on whether this food tastes good or not.／请说说料理好吃不好吃。／ Hãy cho biết ý kiến món ăn có ngon hay không.）

EX2 店が 開いているか どうか、わかりません。
（I don't know whether the store is open or not.／不知道店开没开。／ Tôi không biết cửa hàng có mở hay không.）

🔑 〜が ある　Have 〜／有〜／〜có

Ⓔ 「ある」represents ownership, as in「持っている」. It is also used for things that are not physical in nature, such as abstract and psychological things.

Ⓒ 「ある」是表示所有「持っている」这样的意思。不仅用于表示具体的事物，也用于表示抽象的及心理的事物。

Ⓥ 「ある」có nghĩa sở hữu giống như「持っている」. Ngoài những đồ vật cụ thể, có thể dùng với những đồ vật trừu trượng hoặc có ý nghĩa tâm lý.

EX1 ▶ 明日は よていが あって、行けません。
　　あした　　　　　　　　　　い
(I have plans tomorrow, so I cannot go.／明天我有安排，去不了。／ Ngày mai tôi có việc nên không đi được.)

EX2 ▶ ここに おくと、なくなる しんぱいが あります。
(I have a concern that it will disappear if you put it here.／放在这儿就不用担心丢了。／ Để ở đây tôi lo bị mất.)

🔍 Focus on the Structure

❶ 〈 ＼月曜日の 朝、／ ＼ワンさんから／ ＼急に／ 電話が 来て、〉
　　　げつようび　あさ　　　　　　　　　　きゅう　　でんわ　き

（ワンさんは）
abbreviation／省略／lược bỏ

reason／理由／Lí do

↓「〈 ＼今日は／ ねつが ありますから、〉 授業を 休みます。
　　　　きょう　　　　　　　　　　　　　じゅぎょう　やす

introduction／前置／tiền đế

〈すみませんが、〉＼あとで／ ノートを かして ください。」と

言いました。
い

（彼女に）
abbreviation／省略／lược bỏ

❷ わたしは↓ノートを 見せて、「うまく 書けたか どうか、
　　　　　　　　　　み　　　　　　　か

〜か どうか

actions that occur in sequence／按照顺序的动作
／các hành động xảy ra liên tiếp theo thứ tự

わかりませんよ。」と 言いました。
　　　　　　　　　　い

Lesson 4　〜た ほうが いい

Ought to 〜
还是〜好
Nên … thì hơn

今日、田中さんに 電話を して、カラオケに さそいました。でも 彼は、今週は 毎日 帰りが おそくなるから 行けないと 言いました。来週は 行けると 言いましたから、来週、みんなで 行く ことに なりました。❶それは よかったですが、田中さんは ちょっと はたらきすぎです。❷もう 少し 休みを とった ほうが いいです。

Kyō, Tanaka-san ni denwa o shite, karaoke ni sasoimashita. Demo, kare wa, konshū wa mainichi kaeri ga osokunaru kara ikenai to īmashita. Raishū wa ikeru to īmashita kara, raishū, minna de iku koto ni narimashita. ❶ Sore wa yokatta desu ga, Tanaka-san wa chotto hataraki sugi desu. ❷ Mō sukoshi yasumi o totta hō ga ī desu.

Vocabulary

□ カラオケ　*karaoke*：karaoke／卡拉 OK／(Hát) karaoke

□ さそう　*sasou*：invite／邀请／Mời

□ 帰り　*kaeri*：return／回家／Về nhà

□ すると　*suruto*：and then／于是／Thế rồi, thế là

□ みんなで　*minna de*：with everyone／大家／Tất cả cùng

□ はたらく　*hataraku*：work／工作／Làm việc

□ とる　*toru*：take; get／请假／Lấy, giành được

🗝 〜すぎ　Over〜／太〜了、过于〜了／〜quá

E Placing 「すぎ」 after the masu-form of a verb or adjective represents that it is excessively large in amount. Verbs become 「働きすぎ」 and 「食べすぎ」, while adjectives become 「高すぎ」 and 「長すぎ」. A 「〜すぎ」 noun form and a 「〜すぎる」 verb form can also be used.

C 在动词及形容词的『ます形』后加上「すぎ」，表示程度过度。动词为「働きすぎ」「食べすぎ」，形容词为「高すぎ」「長すぎ」。既可以用于「〜すぎ」这样的名　形，也可以用于「〜すぎる」这样的动词形。

V Thêm 「すぎ」 vào sau động từ hay tính từ chia ở thể MASU để thể hiện mức độ lớn quá mức. Động từ sẽ chia thành 「働きすぎ」「食べすぎ」, tính từ sẽ thành 「高すぎ」「長すぎ」. Có thể dùng được cả dưới dạng danh từ 「〜すぎ」 hay dưới dạng động từ 「〜すぎる」.

EX1　昨日は ちょっと 食べすぎました。
(I overate a little yesterday.／昨天有点儿吃多了。／ Hôm qua tôi đã ăn hơi quá nhiều.)

EX2　彼は ちょっと 食べすぎです。
(He overeats a little.／他有点儿吃多了(他有点儿过食了)。／ Anh ấy ăn hơi quá nhiều.)

EX3　この シャツは、わたしには ちょっと 大きすぎます。
(This shirt is a little too big for me.／这件衬衫对我有点儿太大。／Cái áo sơ mi này hơi quá to so với tôi.)

🔑 ～た ほうが いい　Ought to ~ ／还是～好／ Nên …thì hơn

ⓔ Placing 「ほうが いい」 after the ta-form of a verb represents that something ought to be done. When rejecting something, this becomes 「～ない ほうが いい」.

ⓒ 在动词『た形』后加上「ほうが いい」，表示应该那样做的意思。否定为「～ない ほうが いい」。

ⓥ Thêm 「ほうが いい」 vào động từ chia ở thể quá khứ (thể TA) để thể hiện ý nghĩa nên làm cái gì đó. Trường hợp phủ định sẽ chia thành 「～ない ほうが いい」.

> **EX1** 明日は 朝 早いから、もう 寝た ほうが いいですよ。
> あした　あさ はや　　　　　　ね
> (You're getting up early tomorrow, so you ought to go ahead and get to sleep.／明天早上要起早，该睡了。／ Vì sáng ngày mai cần dậy sớm nên cậu nên ngủ đi.)

> **EX2** 寝る 前は あまり 食べない ほうが いいです。
> ね　まえ　　　　　た
> (You shouldn't eat too much before going to sleep.／睡前最好不要吃东西。／ Trước khi đi ngủ không nên ăn.)

🔍 Focus on the Structure

content of the previous sentence ／前句的内容／ nội dung câu trước
contradictory conjunction／逆接／ liên kết nghịch

❶ 〈それ〉は よかったですが、

田中さんは ＼ちょっと／〈はたらきすぎ〉です。
たなか
　　　　　　　　　　　Ｖます＋すぎ

（田中さんは）
abbreviation／省略／ lược bỏ
❷ ↓〈＼もう 少し／ 休みを とった〉ほうが いいです。
　　　すこ　　やす
　　　　Ｖた＋ほうが いい

ⓔ The expression 「Ｖる ほうが いい」 also exists, but when giving advice, 「Ｖた ほうが いい」 is normally used.

ⓒ 也有「Ｖる ほうが いい」这样的表现形式，一般作为建议的说法常用「Ｖた ほうが いい」。

ⓥ Có cả cách nói 「Ｖるほうがいい」 tuy nhiên khi muốn biểu đạt lời khuyên thông thường dùng cấu trúc 「Ｖた ほうがいい」.

Lesson 5 ～ので

Because ～
因为～
Vì

❶今日は、来週 出す レポートを 書き始めました。❷書く こと
は だいたい 決まって いますが、じしょで 漢字を しらべるので、
時間が かかります。また、じしょは 字が 小さいので、目がつか
れました。それで、夕方、大学の まわりを 少し さんぽしました。
さんぽした あと、目は だいぶ 楽に なりました。でも、友だち
から 電話が 来て、レポートは あまり 進みませんでした。

❶ *Kyō wa, raishū dasu repōto o kaki hajimemashita. Kaku koto wa daitai kimatte imasu ga, jisho de kanji o shiraberu node, jikan ga kakarimasu. Mata, jisho wa ji ga chīsai node, me ga tsukaremashita. Sorede, yūgata, daigaku no mawari o sukoshi sanpo shimashita. Sanpo shita ato, me wa daibu raku ni narimashita. Demo, tomodachi kara denwa ga kite, repōto wa amari susumimasen deshita.*

Vocabulary

- ☐ ～始める　～ *hajimeru*：begin ～／开始／Bắt đầu
- ☐ だいたい　*daitai*：mostly／大体／Tương đối
- ☐ 決まる　*kimaru*：decide／决定／Đã được quyết định
- ☐ しらべる　*shiraberu*：look up／查／Tra cứu, điều tra
- ☐ つかれる　*tsukareru*：become tired／累／Mỏi, mệt

- ☐ まわり　*mawari*：vicinity／周围／Xung quanh, quanh khu vực
- ☐ だいぶ　*daibu*：a good deal／基本上／Khá, khá là
- ☐ 楽(な)　*raku(na)*：ease; comfort／舒服／Nhẹ nhõm, nhàn, dễ chịu
- ☐ 進む　*susumu*：move forward／进展／Tiến lên, tiến triển

🔑 ～始める　Begin ～／开始～／Bắt đầu ～
はじ

E Follows the *masu*-form of a verb to indicate the beginning of an action. It is used in ways such as「読み始める、食べ始める」.

C 接动词『ます形』，表示开始某种动作。比如「读み始める、食べ始める」。

V Kết hợp với động từ thể MASU để thể hiện việc bắt đầu một thao tác gì đó. Dùng như「読み始める、食べ始める」(bắt đầu đọc, bắt đầu ăn)

EX1 おばあさんは、しずかに 話し始めました。
（My grandmother began to speak quietly.／老奶奶开始慢慢讲起来了。／Bà bắt đầu nói thật khẽ）

EX2 ばんごはんを 食べ始めたとき、電話が 鳴りました。
（The phone rang when I began to eat dinner.／开始吃饭的时候，电话响了。／Khi tôi bắt đầu ăn tối, điện thoại đổ chuông.）

♂ ～ので　Because～／因为～／Vì

🇪 The「ので」in「字が 小さいので」represents a reason.

🇨「字が 小さいので」的「ので」表示理由。

🇻「ので」trong「字が 小さいので」thể hiện lý do.

> **EX1** 今、忙しいので、行けません。
> いま　いそが　　　　　　　　　　い
> (I cannot go right now because I am busy.／现在很忙，去不了。／ Vì bây giờ tôi bận nên không thể đi được.)
>
> **EX2** ねぼうしたので、駅まで 少し 走りました。
> 　　　　　　　　　　えき　　　すこ　　はし
> (I ran a bit to the station because I overslept.／因为睡懒觉了，到车站跑了一段路。／ Vì tôi ngủ quên nên phải chạy ra tận ga.)

🇪「から」is similar to「ので」, and both mean nearly the same thing. While it is difficult to create a clear distinction between the two, as far as peculiarities and traits in usage,「ので」generally has an objective, logical, and polite tone, while「から」is seen as more subjective and emotional.

🇨 与「ので」相似的还有「から」，两者基本上意思相同。虽然比较难区分，但就其特征及倾向而言，一般「ので」有种客观的・合理的・郑重的语气，「から」有种主观的・感情的语气。

🇻「から」là một cách nói giống「ので」, cả hai cách nói này hầu như cùng ý nghĩa. Tuy khó phân biệt nhưng nếu xét về đặc trưng và xu hướng sử dụng thì thông thường「ので」mang tính khách quan, hợp lý, lịch sự,「から」là cách nói thể hiện các lý do chủ quan, cảm tính.

> **EX1** 安かったので、それを 買いました。 (I bought it because it was cheap.／因为便宜，所以买了。／ Vì nó rẻ nên tôi đã mua nó.)
> やす　　　　　　　　　か
> **EX2** これは きらいだから、いりません。
> (I don't need this because I don't like it.／这个不喜欢，不要。／ Vì tôi ghét cái này nên tôi không cần nó.)

🔍 Focus on the Structure

❶ ＼今日は、／〈来週 出す レポート〉を 書き始めました。
　　きょう　　　らいしゅう だ　　　　　　　　か　はじ
　　　　　　　　　　　　　　　　　　　　　　　Vはじめる

❷ 〈[書く こと] は ＼だいたい／ 決まっていますが、〉
　　か　　　　　　　　　　　き
　　　　　　　　　　　　　　　　Vている
　　　　　　　　　　　　　　　　contradictory conjunction／逆接／ liên kết nghịch

じしょで 漢字を しらべるので、時間が かかります。
　　　　かんじ　　　　　　　　　じかん
　　　　　　　　　　reason／理由／ Lí do

Grammar Target
- ～までに
- ～なければならない
- ～め
- ～か

Lesson 6 ～なければ ならない

Need to ～
要、得、必須
Phải ～

今週は とても 忙しいです。❶来週の 火曜日までに レポートを
２つ 出さなければ なりません。❷でも、まだ １つめで、半分 く
らい しか 書いて いません。間に 合うか、ちょっと 心配です。
グエンさんも レポートで こまって いました。どこかの 国の れ
きしや 文化を しらべて いました。

Konshū wa totemo isogashī desu. Raishū no kayōbi made ni repōto o futatsu dasanakereba narimasen. Demo, mada hitotsu-me de, hanbun kurai shika kaite imasen. Ma ni au ka, chotto shinpai desu. Guen-san mo repōto de komatte imashita. Dokoka no kuni no rekishi ya bunka o shirabete imashita.

Vocabulary

☐ 心配(する)　*shinpai(suru)*：to worry／担心／lo lắng　　　☐ 文化　*bunka*：culture／文化／Văn hóa

☐ れきし　*rekishi*：history／历史／Lịch sử

🔑 ～までに　By～／到～为止／Trước ～

E Represents that an action will end within a fixed time frame.　**C** 表示在一定的期限前结束某动作。
V Thể hiện việc kết thúc hành động nào đó trước một thời hạn nhất định.

EX1 この 仕事は 明日の ５時までに 終えて ください。
(Please finish this job by 5 tomorrow.／这个工作请在明天五点前做完。／ Hãy hoàn thành công việc này trước 5 giờ ngày mai.)

EX2 ３月の 終わりまでに お金を 払わなければ なりません。
(I need to pay the money by the end of March.／表示在一定的期限前结束某动作。／ Phải trả tiền trước khi kết thúc tháng 3.)

E 「～まで」 is similar, but it is used when an action continues.　**C** 与「～まで」相似，用于动作持续的场合。
V 「～まで」 cũng có ý nghĩa giống nhưng 「～まで」 nhưng dùng cho trường hợp hành động mang tính tiếp diễn liên tục.

EX1 来年まで この アパートに 住む つもりです。
(I plan to live in this apartment until next year.／打算在这个公寓住到明年。／ Tôi định sống ở căn hộ này đến năm sau.)

🔑 ～なければ ならない　Need to ～／要、得、必須／Phải ～

E 「出さなければ なりません」 has placed 「ならない」 at the end of the 「～なければ」 form of the verb 「出す」, representing an obligation or promise.
C 「出さなければ なりません」是在动词「出す」的「～なければ」形后附加「ならない」，表示义务及承诺。
V 「出さなければ なりません」 với 「ならない」 (không được, không xong) ghép sau thể 「～なければ」 (nếu không) của động từ 「出す」 (nộp) để biểu hiện ý nghĩa nghĩa vụ, cam kết.

EX1 この 本は、明日までに 図書館に 返さなければ なりません。
(I need to return this book to the library by tomorrow.／这本书明天必须得还给图书馆。／ Cuốn sách này phải trả thư viện trước ngày mai.)

EX2 部屋の そうじを しなければ ならないので、早く 帰りました。
（I need to clean my room, so I went home early.／因为要打扫房间，所以早点儿回去了。／ Vì tôi phải dọn phòng nên tôi đã về sớm. ）

🗝 ～め（目）　Number～／第～［顺序］／Thứ～

❸ Represents the order of something when counting from the first.

❸ 表示从开始数的顺序。　　　　　　　　　❤ Thể hiện tuần tự đếm từ thứ tự đầu tiên

EX1 3つめの バス停で おりて ください。
（Please get off at the third bus stop.／请在第三站下公共汽车。／ Hãy xuống ở bến xe buýt số 3. ）

EX2 手紙の 2枚めに そう 書いて ありました。
（It said that on the second page of the letter.／信的第二张上那样写着。／ Người ta viết như vậy ở tờ giấy thứ 2. ）

🗝 ～か（＋V、＋A／NA）　～か [Question]／～吗 [疑问]　／ hay không (+ Động từ, + tính từ đuôi I-tính từ đuôi NA)

❸ The adverbial particle "ka" goes at the end of a sentence and indicates that a matter is uncertain. Phrases like 「と いう ことが」 and 「と いう ことを」 are abbreviated after this 「か」.

❸ 副助词「か」附加在句子末尾，表示不明的事物。「か」的后面省略「と いう ことが」及「と いう ことを」。

❤ Phó trợ từ 「か」 đứng ở cuối câu thể hiện sự vật sự việc không rõ ràng. Ở cấu trúc này 「と いう ことが」 hay 「と いう ことを」 vốn có ở sau 「か」 bị loại bỏ.

EX1 席が 空いているか、わかりません。
（I don't know whether or not there are open seats.／有没有空位子不知道。／ Tôi không biết ghế còn trống hay không. ）

EX2 ほかの 色が あるか、聞いて ください。
（Please ask whether there are other colors.／请问一下有没有别的颜色。／ Hãy hỏi xem có màu khác hay không.）

❸ It is also often used together with an interrogative.

❸ 多与疑问词一起使用。　　　　　　　　❤ Thường hay dùng với câu nghi vấn.

EX1 どこに 行くか、まだ 決めて いません。
（We haven't decided where we will go yet.／去哪儿还没定。／ Tôi vẫn chưa quyết sẽ đi đâu.）

EX2 いつ 退院できるか、はっきりしません。
（It's uncertain when he will be able to leave the hospital.／什么时候出院还不清楚。／ Chưa rõ khi nào có thể xuất viện. ）

🔍 Focus on the Structure

❶ ＼来週の 火曜日までに／ レポートを 2つ
　　　　　　NのN
　　　　　　～までに

出さなければ なりません。
　　Vない＋なければ ならない

（レポートは）
abbreviation／省略／ lược bỏ

❷ 《でも、》まだ 1つめで、〈[半分 くらい] しか〉書いて いません。
　　　　　　　　　　　　　　　　　　　　　　　　　Vている

Lesson 7 〜て もらう

Have them 〜
请〜 VO［接受行为的恩惠］
Được (ai đó) làm cho (việc gì đó)

❶田中さんに 会って 日本の 会社の ことを いろいろ 教えて もらいました。❷むかしは たいていの 人が 同じ 会社で 一生 働いた そうです。それが ふつうだった そうです。「それでは、会社は もう 一つの 家ですね。」と わたしが 言うと、田中さんは わらって、「そうですね。でも、今は 同じ 会社に 一生 いる 人は 少なくなっていますよ。」と 言いました。

❶ *Tanaka-san ni atte Nihon no kaisha no koto o iroiro oshiete moraimashita.* ❷ *Mukashi wa taitē no hito ga onaji kaisha de isshō hataraita sō desu. Sore ga futsū datta sō desu. "Sore dewa, kaisha wa mō hitotsu no ie desu ne." to watashi ga iu to, Tanaka-san wa waratte, "Sō desu ne. Demo, ima wa onaji kaisha ni isshō iru hito wa sukunaku natte imasu yo." to īmashita.*

Vocabulary

□ 教える　*oshikeru*：teach／指教、介绍／Dạy, dạy bảo

□ むかし　*mukashi*：the past／以前／Ngày xưa

□ たいてい　*taitē*：mostly／大都／Hầu hết

□ 一生　*isshō*：a lifetime／一辈子／Cả đời, trọn đời

□ ふつう　*futsū*：regular／一般／Thông thường, phổ biến

〜て もらう

Have them〜／请〜 VO［接受行为的恩惠］／Được (ai đó) làm cho (điều gì đó)

E The expression 「田中さんに 教えて もらう」 represents that the speaker is grateful that Tanaka-san taught them something. Similarly, an expression of gratitude for someone coming is 「来て もらった」.

C 「田中さんに 教えて もらう」是对田中的介绍表示感谢，同样「来て もらった」是对谁来表示感谢。

V Cách nói 「田中さんに 教えて もらう」 thể hiện ý cảm ơn với việc anh Tanaka dạy cho mình. Tương tự như vậy cách nói 「来て もらった」 là cách nói cảm tạ việc ai đó đã đến.

EX1 テキストを わすれたので、友だちに 見せて もらいました。
(I forgot my textbook, so I had my friend show me his.／忘带教科书了，请朋友借给我看了。／Vì tôi quên giáo trình nên được bạn cho xem nhờ.)

EX2 道が わからなかったので、友だちに 一緒に 行って もらいました。
(I didn't know the way there, so I had my friend go together with me.／因为不知道路，请朋友一起去了。／Ví dụ 2: Vì không biết đường nên tôi được bạn đi cùng.)

♂ ～そう［伝聞 hearsay／听说／Truyền đạt lại］
でんぶん

E An expression used to represent hearsay, indicating that what was just said is hearsay. Connected to plain forms.

C 表示听说，听说的内容在前，接一般形。

V Là cách nói để truyền đạt lại thông tin, trước đó là nội dung thông tin cần truyền đạt lại. Kết nối với thể thường.

EX1 彼女は 少し おくれて 来る そうです。
かのじょ　すこ　　　　　く
(It sounds like she will be coming a little late.／听说她晚到一会儿。 ／ Cô ấy nói rằng sẽ đến hơi muộn.)

EX2 今日の 試合は 中止になった そうです。
きょう　しあい　ちゅうし
(It sounds like today's test has been canceled.／听说今天的考试取消了。 ／ Nghe nói trận đấu hôm nay đã bị hoãn.)

EX3 田中さんが パソコンに くわしい そうです。
たなか
(It sounds like Tanaka-san is knowledgeable about computers.／听说田中精通电脑。 ／ Nghe nói rằng anh Tanaka rất rành về máy tính.)

🔍 Focus on the Structure

❶ 田中さんに 会って 〈日本の 会社の こと〉を
たなか　　　あ　　　にほん　かいしゃ
NのN

\いろいろ/ 教えて もらいました。
おし
Vて もらう

affects the entire sentence／
与全句相关／
bổ nghĩa cho toàn bộ câu

❷ \むかしは/ たいていの 人が ［同じ 会社］で
ひと　　おな　かいしゃ
NのN

\一生/ 働いた そうです。
いっしょう　はたら

Lesson 8 〜し

~either; ~too
又〜［列挙比較暧昧的理由］
〜 vừa

今週の 週末は 特に 予定は ありません。❶試験の 勉強で 忙しいですし、お金も ありませんし、どこにも 行けません。❷試験が 終わっても、同じです。しばらく アルバイトを します。でも、来月の 終わりごろに どこかに 行く つもりです。学校は 休みですし、アルバイトの お金も 少し 入ります。

Konshū no shūmatsu wa tokuni yotē wa arimasen. ❶ Shiken no benkyō de isogashī desu shi, o-kane mo arimasen shi, doko nimo ikemasen. ❷ Shiken ga owattemo, onaji desu. Shibaraku arubaito o shimasu. Demo, raigetsu no owari goro ni dokoka ni iku tsumori desu. Gakkō wa yasumi desu shi, arubaito no o-kane mo sukoshi hairimasu.

Vocabulary

- □ 週末　*shūmatsu*：weekend／周末／Cuối tuần
- □ 特に　*tokuni*：particularly／特别／Đặc biệt
- □ 予定　*yotē*：plans／安排／Dự định
- □ 試験　*shiken*：test／考试／Kỳ thi
- □ 終わり　*owari*：end／结束／Kết thúc
- □ 入る　*hairu*：enter／进／Vào (Tiến vào = nhận được tiền)

🔑 〜し（〜し）　〜 either; 〜 too／又〜［列举比较暧昧的理由］／Vừa 〜 lại (vừa) 〜

E The 「し」in「忙しいですし」and「お金も ありませんし」is used to connect similar items.

C 「忙しいですし」及「お金も ありませんし」的「し」在持续表达同样事情时使用。

V 「し」dùng trong「忙しいですし」hay「お金も ありませんし」được sử dụng khi nói liên tiếp các việc có cùng tính chất giống nhau.

EX1 遠いし、にもつも 重かったので、つかれました。
(It's far, and my luggage was heavy too, so I'm tired.／又远，行李又重，很累。／Vừa xa, hành lý lại nặng nữa nên tôi mệt.)

EX2 ゆうべは、暑いし、となりも うるさくて、よく ねむれませんでした。
(It was hot last night, and our neighbors were loud, too, so I wasn't able to sleep well.／昨晚又热，旁边家又吵，没睡好。／Đêm qua vừa nóng, phòng bên lại còn ồn nữa nên tôi ngủ không ngon.)

🔑 〜ても　Even 〜／即使〜(也不〜)［条件］／Cho dù 〜

Ⓔ The 「ても」in「終わっても」means "even in that case," explaining in an overall sentence that a situation will not change. A negative expression often comes after「ても」.

Ⓒ「終わっても」的「ても」是表示「那种情况下也一样」的意思，叙述一种从整体上「情况没有变化」的意思。「ても」的后面多为否定表现。

Ⓥ「ても」dùng trong cách nói「終わっても」mang ý nghĩa "ngay cả trong trường hợp ấy cũng 〜", thể hiện việc "không thay đổi về tình trạng" trong toàn câu. Sau「ても」thường là các biểu hiện mang tính tiêu cực.

EX1 ▶ 走っても、もう 間に 合いません。
（Even if I run, I won't make it in time.／跑也来不及了。／Dù có chạy cũng không kịp nữa.）

EX2 ▶ 電話しても だめですよ。今日は お店が 休みです。
（Even if you call, it's no good. The store is closed today.／打电话也不行了，今天店关门。／Dù có gọi điện cũng không được đâu. Hôm nay cửa hàng nghỉ.）

🔍 Focus on the Structure

reason／理由／Lí do　　　　　　　　　Parallel, addition／并列．补充／Song song, phụ thêm
NのN

❶ 試験の 勉強で 忙しいですし、お金も ありませんし、
〜し　　　　　　　　　　　　　　〜し

どこにも 行けません。
疑問詞＋も＋〜ない

Ⓔ「どこにも 行けません」is like「何も 買いません」「だれも いません」in that it is an expression of complete negation.

Ⓒ「どこにも 行けません」与「何も 買いません」「だれも いません」一样，表示全面否定。

Ⓥ「どこにも 行けません」là mẫu câu phủ định hoàn toàn giống như「何も買いません」「だれもいません」.

（それは）
abbreviation／省略／lược bỏ
↓

❷ 〈試験が 終わっても〉、同じです。
compromise／让步／nhượng bộ

Ⓔ In this case,「同じです」represents that the situation will not change.

Ⓒ 这里的「同じです」是表示情况没有变化。

Ⓥ Ở đây「同じです」thể hiện việc tình trạng không thay đổi.

Lesson 9 〜ところ

About to 〜
在V时
Đang sắp, chuẩn bị

朝、あきらさんから 電話が ありました。❶ちょうど 大学に 出かける ところでした。❷彼は「2、3日中に 会って もらえませんか。たのみたい ことが あるん です。」と 言いました。かなり 急いで いました。それで、明日の 午後、会う ことに しました。たのみたい ことが 何か、ちょっと 心配です。

Asa, Akira-san kara denwa ga arimashita. ❶ Chōdo daigaku ni dekakeru tokoro deshita. ❷ Kare wa "Ni, san-nichi chū ni atte moraemasen ka? Tanomitai koto ga aru n desu." to īmashita. Kanari isoide imashita. Sorede, ashita no gogo, au koto ni shimashita. Tanomitai koto ga nani ka, chotto shinpai desu.

Vocabulary

- □ ちょうど　*chōdo*　：just／正好／Đúng lúc
- □ 出かける　*dekakeru*　：go out／出门／Ra ngoài
- □ 〜中　〜*chū*　：within／〜之内／Trong khi, trong vòng
- □ たのむ　*tanomu*　：request／拜托／Nhờ

🔑 〜ところ　About to 〜／在V时／Đang sắp, chuẩn bị

E The「ところ」in「出かける ところ」comes after the dictionary form of a verb and means "doing the action after this." It is used in ways such as「寝る ところです」and「食べる ところだ」.

C「出かける ところ」的「ところ」附加在动词原形后，表示「之后要做的事」。比如「寝る ところです」「食べる ところだ」。

V「ところ」trong cách nói「出かける ところ」được gắn sau động từ thể từ điển để thể hiện ý nghĩa "Từ giờ chuẩn bị/ sắp làm việc gì đó". Thường dùng như「寝る ところです」(chuẩn bị ngủ/sắp ngủ) hay「食べる ところだ」(chuẩn bị ăn/sắp ăn).

EX1 これから 家を 出る ところです。
(I'm about to leave the house.／正要出门。／Tôi đang chuẩn bị ra khỏi nhà.)

EX2 もう 寝る ところですから、明日、ゆっくり 話しましょう。
(I'm about to go to sleep, so let's take time to talk tomorrow.／正要睡，明天再好好聊吧。／Tôi sắp ngủ rồi nên ngày mai ta nói chuyện thong thả sau nhé!)

🔑 ～中（に）　Within～／在～以内／Trong khi, trong vòng
（ちゅう）

Ⓔ The 「～中」 in 「2、3日中」 means "within that period of time."

Ⓒ 「2、3日中」 的 「～中」 是表示 「在那个期间中」 的意思。

Ⓥ 「～中」 trong cách nói 「2、3日中」 thể hiện ý nghĩa "trong khoảng thời gian đó."

> **EX1** まだ、はっきりしません。4、5日中に 返事を します。
> （にちちゅう）　　　　（へんじ）
>
> （I am not completely sure yet. I will send you a reply within four or five days.／还不清楚，4、5天之内给你答复。／Vẫn chưa rõ. Tôi sẽ trả lời trong vòng 4, 5 ngày tới.）

> **EX2** 今月中に この 部屋を 出ます。
> （こんげつちゅう）　　（へや）（で）
>
> （I will be leaving this room within the month.／这个月之内离开这个房间。／Tôi sẽ rời khỏi căn phòng này trong tháng này.）

> **EX3** 今日中に ゴミを 捨てて ください。
> （きょうじゅう）　　　（す）
>
> （Please throw trash away by the end of today.／垃圾请在今天之内扔掉。／Hãy vứt rác trong ngày hôm nay.）

🔍 Focus on the Structure

（わたしは）
abbreviation／省略／lược bỏ
↓

❶ ＼ちょうど／ 大学に 〈出かける ところ〉 でした。
　　　　　　（だいがく）（で）
　　　　　　　　　　　　　Vる＋ところ

❷ 彼は 「〈2、3日 中〉に 会って もらえませんか。
（かれ）　　　　（にち ちゅう）　（あ）
　　　　　　　　～中　　　　　Vて もらえませんか

　［たのみたい こと］ が ある ん です。」 と 言いました。
　　　　　　　　　　　　　　　　　　　　　　（い）
　　　　　　　　　　　　　　～んです

Ⓔ The 「～中」 that indicates an interval of time means that any time within the period is okay, but that it cannot go past that interval.

Ⓒ 在某期间之内的 「～中」 是表示在某期间之内什么时候都行，但不能超过的意思。

Ⓥ 「～中」 trong cách nói thể hiện thời gian mang ý nghĩa rằng nếu trong khoảng thời gian ấy thì được nếu quá khoảng thời gian ấy thì không được.

Lesson

⑩ 受け身形
（う　み　けい）
Passive Form
被动形
Dạng bị động

---

❶あきらさんに 会（あ）うと、夏休（なつやす）みに アルバイトを しないかと、聞（き）かれました。彼（かれ）がアルバイトを している レストランの 仕事（しごと）です。昼（ひる）の 時間（じかん）に 来（き）て ほしい そうです。その 時間（じかん）が 特（とく）に 忙（いそが）しい そうです。❷アルバイトの けいけんは ありませんが、きょうみを 持（も）ちましたから、「やってもいい ですよ。」と、答（こた）えました。

❶ *Akira-san ni au to, natsu-yasumi ni, arubaito o shinaika to, kikaremashita. Kare ga arubaito o shiteiru resutoran no shigoto desu. Hiru no jikan ni kite hoshī sō desu. Sono jikan ga toku ni isogashī sō desu. Arubaito no kēken wa arimasen ga, kyōmi o mochimashita kara, "Yattemo ī desu yo." to kotaemashita.*

Vocabulary

□ 夏　*natsu*：summer／夏天／Mùa hè　　　　　□ きょうみ　*kyōmi*：interest／兴趣／Hứng thú

□ けいけん　*kēken*：experience／经验／Kinh nghiệm

🗝 受け身（う　み）　Passive／被动式／Bị động

Ⓔ「言われる」is the passive form of「言う」. Passive form is generally expressed through the conjucation「-u」→「-areru」.

Ⓒ「言われる」是「言う」的被动式。被动式基本上是以、「-u」→「-areru」这种活用变化来表现。

Ⓥ「言われる」là dạng bị động của「言う」. Về cơ bản, dạng bị động được thể hiện bằng sự biến đổi động từ「-u」→「-areru」.

EX1 受付（うけつけ）で 名前（なまえ）や 住所（じゅうしょ）を 聞（き）かれました。
(I was asked for my name and address at reception.／在报名处被问道姓名及地址。／ Tôi bị hỏi tên và địa chỉ ở lễ tân.)

EX2 知（し）らない 人（ひと）に 名前（なまえ）を 呼（よ）ばれて、びっくりしました。
(I was called by my name by someone I do not know, and it surprised me.／被陌生人叫道名字，吃了一惊。／ Tôi giật mình vì bị người lạ gọi tên.)

🗝 〜て ほしい　Want to〜／希望〜／mong

Ⓔ The「て ほしい」in「来て ほしい」represents a desire for something to materialize.

Ⓒ「来て ほしい」的「て ほしい」表示一种如愿以偿的心情。

Ⓥ「て ほしい」trong「来て ほしい」biểu thị mong muốn điều đó được thực hiện.

EX1 明日（あした）は 山（やま）に 行（い）くので、晴（は）れて ほしいです。
(I'm going to the mountains tomorrow, and I want it to be sunny.／明天去山上，但愿是晴天。／ Ngày mai đi núi nên tôi mong trời nắng.)

EX2 だれかに 仕事（しごと）を てつだって ほしいです。
(I want someone to help me with work.／想请谁帮忙干活儿。／ Tôi mong có ai đó giúp đỡ công việc.)

～てもいい Okay to～ ; Don't mind~／可以～／～ cũng được

🇪 Placing「てもいい」after the te-form of a verb expresses that doing the action would be okay. It can be placed on both affirmative and negative forms of a verb.

🇨 在动词的『て形』后附加「てもいい」，表示可以做某事的意思。既可以接动词的肯定形，也可以接否定形。

🇻 Thêm「てもいい」sau động từ dạng TE có nghĩa là cũng OK khi làm việc đó. Có thể dùng với động từ dạng khẳng định và động từ dạng phủ định.

EX1 明日は 休みだから、おそく 起きてもいいです。
(Tomorrow is a day off, so it's okay to wake up late.／明天因为休息，晚点儿睡也可以。／ Vì mai là ngày nghỉ nên dậy muộn cũng được.)

EX2 ここは、お金を 払わなくてもいいです。
(It's okay to not pay money here.／这里不用付钱。／ Chỗ này không cần trả tiền cũng được.)

🔍 Focus on the Structure

indicates the next development／表示下次的展开／ chỉ sự triển khai tiếp theo

❶ あきらさんに 会うと、〈夏休みに アルバイトを しないか〉と、

聞かれました。

Passive Form／被动形／Dạng bị động
（Vない＋ *eru*）

contradictory conjunction／逆接／ liên kết nghịch

❷ 〈アルバイトの けいけんは ありませんが、〉

reason／理由／ Lí do

〈きょうみを 持ちましたから、〉

（わたしや）

abbreviation／省略／ lược bỏ

↓「やっても いいですよ。」と、答えました。

～ても いい

ふくしゅう　§1 (Lesson 1-10)

I　つぎの　❶〜❻の　＿＿＿に　合う　ものを　a〜gの　中から　えらんで、文を　つくりましょう。

Choose what best goes in blanks ❶〜❻ from a〜g to create a sentence.
请从 a〜g 中选择适合下面 ❶〜❻ 的 ＿＿ 进行造句。
Chọn một từ hoặc một cụm từ trong a〜g để điền vào chỗ ＿＿ trong câu ❶〜❻ và hoàn thành câu.

❶　あとで　買うと　安くなるので　＿＿＿＿＿＿＿＿＿＿＿＿＿＿＿＿。

❷　もう少し　休みを　＿＿＿＿＿＿＿＿＿＿＿＿＿＿＿＿。

❸　レポートは　まだ　半分しか　＿＿＿＿＿＿＿＿＿＿＿＿＿＿＿＿。

❹　２、３日中に、会社に　＿＿＿＿＿＿＿＿＿＿＿＿＿＿＿＿。

❺　アルバイトの　経験は　ありませんが　＿＿＿＿＿＿＿＿＿＿＿＿＿＿＿＿。

❻　さんぽした　あとで　＿＿＿＿＿＿＿＿＿＿＿＿＿＿＿＿。

a. 来て　もらえませんか	b. やっても　いいです
c. 安く　なってから　買う　つもりです	d. 目は　だいぶ　楽に　なりました
e. とった　ほうが　いいでしょう	f. 勉強を　やめれば　いいのです
g. 書いていません	

II　（　　）の　中に　入れる　ことばを　a〜dから　えらびましょう。

Choose words to put in (　) from a〜d.
请从 a〜d 中选择正确的词语填入（　）内。
Chọn một từ hoặc một cụm từ trong a〜d để điền vào chỗ (　).

❶　おそくなると　電車に　（　　　）　なってしまう。

　a. のれる　　　　　b. のれない　　　　　c. のれなく　　　　　d. のる

❷　これでいいか　（　　　）　しんぱいです。

　a. どうか　　　　　b. どうも　　　　　c. どうぞ　　　　　d. どうして

❸　レポートを　来週の　火曜日（　　　）　出さなければならない。

　　a．まで　　　　　　　b．までに　　　　　c．までも　　　　　d．までは

❹　田中さんに　会社の　ことを　（　　　）　もらいました。

　　a．教えて　　　　　　b．教える　　　　　c．教え　　　　　　d．教えない

❺　これから　大学に　出かける　（　　　）　です。

　　a．と　　　　　　　　b．みち　　　　　　c．ところ　　　　　d．とちゅう

Ⅲ　つぎの　❶〜❺の　＿＿＿＿に　合う　ものを　a〜fの　中から　えらんで、文を　つくりましょう。

Choose what matches the following ＿＿＿ marks ❶〜❺ from a〜f to create a sentence.
请从 a〜f 中选择适合下面❶〜❺的 ＿＿＿ 进行造句。
Chọn một cụm từ trong a 〜 f để điền vào chỗ ＿＿＿ trong câu ❶〜❺ và hoàn thành câu.

❶　＿＿＿＿＿＿＿＿＿＿＿＿＿＿　たのみたい　ことが　あるんです。

❷　＿＿＿＿＿＿＿＿＿＿＿＿＿＿　それで、夕方、買い物に　出かけました。

❸　＿＿＿＿＿＿＿＿＿＿＿＿＿＿　日本でも　食べたいです。

❹　＿＿＿＿＿＿＿＿＿＿＿＿＿＿　でも、来週は　行けます。

❺　＿＿＿＿＿＿＿＿＿＿＿＿＿＿　間に合うか　どうか、心配です。

　　a．くだものが　好きで、国で　よく　食べました。
　　b．2、3日中に　会って　もらえませんか。
　　c．れいぞうこに　食べる　物が　なくなりました。
　　d．今週は　毎日　帰りが　おそくなるから、行けません。
　　e．さっき、お皿を　わって　しまいました。
　　f．レポートは　まだ　半分しか　書いて　いません。

モデル文章の 訳
ぶんしょう やく

Model Sentence Translations
模式文章的翻译
Phần dịch của đoạn văn mẫu

Lesson 1

E I like fruit and often ate it in my home country. ❶I want to eat Japanese fruit, but it is expensive and so I cannot buy much of it. I wanted to buy strawberries today. ❷But someone from the store told me「これから 少し 安くなりますよ」, and so I intend to buy them once they get cheaper. Every time I pass in front of the store, I look at the price of fruit.

C 我喜欢吃水果，在家乡时经常吃。❶也想吃日本的水果，可就是太贵了，很少买得起。今天我也很想买草莓。❷不过，店里的人说了「これから 少し 安くなりますよ」，我想等便宜了再买。我每次经过商店前时都看一下水果的价钱。

V Tôi thích ăn hoa quả, lúc còn ở trong nước tôi thường xuyên ăn. ❶ Tôi cũng muốn ăn hoa quả Nhật Bản, nhưng không hay mua được vì giá đắt. Hôm nay tôi muốn mua dâu tây. ❷ Tuy nhiên, nhân viên bán hàng nói「これから 少し 安くなりますよ」, vì vậy tôi định mua khi giá được giảm xuống. Mỗi lần đi qua cửa hàng, tôi xem hoa quả và giá cả của chúng.

Lesson 2

E I went to the mountains with Sakura-san today. ❶I got to the station a little before nine in the morning, but Sakura-san was already waiting there. ❷And then in a big voice, she said, "Quick, quick. If you don't hurry, we'll end up not being able to get on the train." I said, "I'm sorry!!" and we immediately got on together. The train had already come. But it was the train before the one we were supposed to get on.

C 今天和樱小姐一起上山去了。❶早上 9 点前我到车站的时候，樱小姐已经在那儿等我了。❷于是她大声地说「快！快！不快点儿就坐不上电车了」。我说「对不起！」，我们俩马上跑了起来，电车已经到了，不过这是上一斑的电车。

V Hôm nay, tôi cùng với Sakura đi lên núi. ❶ Buổi sáng, lúc 9 giờ kém, tôi tới ga thì Sakura đã đợi ở đó. ❷ Sakura hét lên: "Nhanh nhanh. Không khẩn trương là không lên được tàu đâu đấy. Tôi nói "xin lỗi" rồi cả hai cùng chạy. Tàu đã đến. Nhưng đó là tàu trước chuyến của chúng tôi một chuyến.

Lesson 3

E ❶Monday morning, Wang-san suddenly called me and said, "I have a fever today, so I will be taking off from class. I'm sorry, but please let me borrow your notes later." Then today, I went to Wang-san's room. ❷I showed him my notes and said, "I don't know whether or not I did a good job taking the notes." Wang-san said, "These are very thoroughly written. Thank you very much," and gave me a 500 yen book certificate.

C ❶星期一早上小王突然打电话来说「今天发烧不能去上课了，课后请把笔记借给我看看。」，于是我今天去了小王的房间。❷我把笔记拿给她看，说「不知道写得行不行。」，小王说「写得很认真啊！太谢谢你了！」。然后给了我一张 500 日元的图书卡。

V ❶ Sáng thứ Hai, bất ngờ có điện thoại của Wan gọi tới bảo: "Hôm nay tôi bị sốt nên nghỉ học. Phiền cậu cho tớ mượn vở sau nhé." Hôm nay, tôi đến phòng của Wan. ❷ Tôi đưa vở và bảo: "Không biết tôi chép bài có tốt hay không." Wan nói: "Cậu chép cẩn thận nhỉ. Cảm ơn cậu nhiều" rồi đưa cho tôi thẻ mua sách trị giá 500 yên.

Lesson 4

E I called Tanaka-san today and invited him to karaoke. But he said he could not go, because he will be coming home late every day this week. He said he could go next week, so we will all be going next week. ❶That was good, but Tanaka-san is working a little too much. ❷He ought to take a little more time off.

C 今天给田中打电话，约他去卡拉 OK。可是他说他每天回来都很晚，去不了。他说下个星期能去，所以大家决定下个月去了。❶那样也行，不过田中有点儿工作过多。❷还是应该找时间休息一下。

V Hôm nay, tôi đã gọi điện cho anh Nakata và rủ anh ấy đi hát karaoke. Tuy nhiên, anh ấy nói rằng tuần này ngày nào anh ấy cũng đi về muộn nên không thể đi được. Vì anh ấy nói rằng tuần sau anh ấy có thể đi được nên tuần sau tất cả chúng tôi sẽ đi. ❶ Hẹn được nhau thật tốt tuy nhiên anh Nakata làm việc hơi quá sức. ❷ Anh ấy nên nghỉ ngơi nhiều hơn một chút.

Lesson ❺

E ❶Today, I began writing the report I will submit next week. ❷Most of what I am going to write has been decided, but because I am looking kanji up in the dictionary, it takes time. Also, because the dictionary's text is small, it made my eyes tired. That is why I took a little walk around the university in the evening. After I took my walk, my eyes felt much better. But my friend called me and I didn't make much progress on my report.

C ❶ 今天开始写下周要提交的报告。❷写的内容基本上定下来了，不过要查字典，需要时间。而且字典的字又很小，眼睛很累，所以傍晚在大学周边散了一会儿步。散完步后，眼睛舒服多了。可是之后朋友打来电话，报告没什么进展。

V ❶ Hôm nay tôi bắt đầu viết báo cáo để nộp vào tuần sau. ❷Nội dung viết đã quyết định được tương đối nhưng vì tôi phải tra chữ Hán bằng từ điển nên mất thời gian. Chữ của từ điển nhỏ nên mắt tôi mỏi. Vì thế buổi chiều tôi đi dạo một chút quanh trường đại học. Sau khi đi dạo xong mắt tôi đã khá hơn nhiều. Thế nhưng bạn tôi lại gọi điện đến nên việc viết báo cáo không tiến triển mấy.

Lesson ❻

E I am very busy this week. ❶ I need to submit two reports by Tuesday of next week. ❷But I am only on the first one, and I have only written about half of it. I'm worried if I will make it in time. Nguyễn-san was also having trouble because of the reports. She was looking up the history and culture of some country.

C 这周很忙。❶下周二必须提交两个报告。 ❷不过，第一个只写了一半，不知道能不能来得及。グエンも为报告犯愁。查了查哪个国家的历史和文化。

V Tuần này tôi rất bận. ❶ Tôi phải nộp 2 báo cáo trước thứ ba tuần sau. ❷ Thế nhưng tôi mới chỉ viết được khoảng một nửa của bài báo cáo thứ nhất. Tôi hơi lo không biết có kịp không. Anh Nguyên cũng rất gay go với bài báo cáo. Anh ấy đang tra cứu về lịch sử và văn hóa của nước nào đó.

Lesson ❼

E ❶I met Tanaka-san and had him tell me all sorts of things about Japanese society. ❷In the past, most people worked their whole lives at the same company. That was apparently normal. When I said, "In that case, your company was like another family," Tanaka-san laughed and said, "Yes, that's right. But now there are fewer people who stay at the same company their entire life."

C ❶见到了田中，请他介绍了日本公司的各种情况。❷听说以前大多数人都是在同一个公司工作一辈子，听说那是很普遍的。我说「那么公司就是另一个家了。」，田中笑着说「是啊！不过，现在一辈子在同一个公司工作的人不多了。」

V ❶ Tôi gặp anh Tanaka và được anh ấy dạy cho rất nhiều điều về công ty của Nhật Bản. ❷ Anh ấy nói rằng ngày xưa hầu hết mọi người đều làm việc trọn đời tại cùng một công ty. Nghe nói điều ấy đã từng là điều rất phổ biến. Khi tôi nói rằng "Nếu vậy thì công ty chính là ngôi nhà thứ hai nhỉ?", anh Tanaka đã cười và nói "Đúng như thế. Thế nhưng hiện nay số người cả đời làm cho cùng một công ty đang ngày càng ít đi đấy".

Lesson ❽

E I do not have any particular plans this weekend. ❶I am busy studying for tests, and I don't have any money, either, so I cannot go anywhere. ❷Even after my tests end, it is the same. I will take a part-time job for a while. But I plan to go somewhere around the end of this month. School is off, and I will be getting a little money from my job, too.

C 这个周末没有特别的安排。 ❶考试的准备很忙，又没有钱，所以哪儿也去不了。 ❷考试完了也一样，暂时要打工。下个月末打算去什么地方。因为学校放假了，打工的钱也下来一些。

V Cuối tuần này tôi không có dự định gì đặc biệt. ❶ Tôi vừa bận học thi, tiền lại vừa không có nên tôi không thể đi đâu cả. ❷ Sau khi thi xong cũng vậy. Tôi sẽ làm thêm một thời gian. Tuy nhiên tôi định sẽ đi đâu đó vào khoảng cuối tháng sau. Lúc ấy trường học vừa nghỉ, tôi lại vừa nhận được một ít tiền làm thêm.

Lesson ❾

E This morning, Akira-san called me. ❶ I was just about to go to university. ❷ He said, "Could you meet me in a few days? There's something I'd like to ask of you." He was in quite a hurry. So we decided to meet tomorrow afternoon. I'm a little worried about what it is he wants to ask of me.

C 早上 AKIRA 打来了电话。❶ 正好我刚要去大学时。❷ 他说「这两三天内能不能见个面，有事相求。」好像很急，所以定在明天下午见。不知道相求的事是什么，有点儿担心。

V Sáng nay tôi nhận được điện thoại từ anh Akira. ❶ Đúng lúc tôi đang sắp ra khỏi nhà để đến trường đại học. ❷ Anh ấy nói là "Cậu có thể gặp tớ trong một hai ngày tới không? Tớ có việc muốn nhờ cậu". Anh ấy rất vội vã. Vì thế, tôi quyết định chiều mai sẽ gặp anh ấy. Tôi hơi lo lắng không biết việc anh ấy muốn nhờ là việc gì.

Lesson ❿

E ❶ When I met Akira-san, I was asked if I would like to do a part-time job over the summer. He now works part-time at a restaurant. It sounds like he wants me to come during the afternoon hours. Those hours seem particularly busy. ❷ I do not have experience working part-time, but I was interested, so I replied, "I don't mind doing it."

C ❶ 一见到 AKIRA，就被问道暑假不打工吗？是他打工的餐馆的工作，是中午的活儿，听说中午那段时间特忙。❷ 虽然没有打工的经验，不过很感兴趣，于是就答应道「可以啊！」。

V ❶ ôi gặp Akira và bị hỏi nghỉ hè có đi làm thêm không. Công việc tại nhà hàng mà cậu ấy đang làm. Họ mong có người làm buổi trưa. Thời gian đó rất bận. ❷ Tuy không có kinh nghiệm làm thêm nhưng vì thấy hứng thú nên tôi trả lời là "Tớ làm cũng được".

ふくしゅうの こたえ　Review Answers／复习答案／Đáp án bài ôn tập　§1 (Lesson1-10)

Ⅰ　❶c　❷e　❸g　❹a　❺b　❻d

Ⅱ　❶c　❷a　❸b　❹a　❺c

Ⅲ　❶b　❷c　❸a　❹d　❺f

Lesson

11 〜うちに　While 〜
趁〜
Trong vòng, trong khi 〜

Grammar Target
◆ 〜うちに
◆ 〜て あげる

今日、田中さんに しょうたいされて、ホームパーティーに 行きました。家は マンションの 5階で、けしきが とても よかったです。天気の いい 日は 富士山が 見える そうです。私 以外に 7人 来て いましたが、みんな、知らない 人でした。いろいろな 人が いて、楽しかったです。❶一人の 女の 人は、近い うちに 旅行で わたしの 国に 行く そうです。❷彼女に たのまれて、あいさつの ことばを 少し 教えて あげました。

Kyō, Tanaka-san ni shōtai sarete, hōmupāthī ni ikimashita. Ie wa manshon no go-kai de, keshiki ga totemo yokatta desu. Tenki no ī hi wa Fuji-san ga mieru sō desu. Watashi igai ni sichi-nin kite imashita ga, minna, shiranai hito deshita. Iroirona hito ga ite, tanoshikatta desu. ❶ *Hitori no onna-no-hito wa, chikai uchi ni ryokō de watashi no kuni ni iku sō desu.* ❷ *Kanojo ni tanomarete, aisatsu no kotoba o sukoshi oshiete agemashita.*

Vocabulary

□ しょうたいする　*shōtai suru*：invite／招待／ Mời (đến dự tiệc v.v..)

□ ホームパーティー　*hōmupāthī*：house party／家庭宴会／ Tiệc tổ chức tại nhà

□ マンション　*manshon*：apartment; condominium／公寓／ Chung cư, chung cư cao cấp

□ 〜階　*~ kai/gai*：floor／〜楼／ Tầng

□ 〜以外　*~ igai*：other than〜／〜以外／ Ngoài ~ra

□ 〜うちに　*~ uchi ni*：while; within／在〜之内／ Trong lúc

□ あいさつ　*aisatsu*：greeting／问候／ Chào hỏi

🔑 〜うちに　While〜 ; Within〜／趁〜／ Trong vòng, trong khi 〜

Ⓔ Placing「うちに」after a word that expresses time or a period causes it to mean "within that time/period."「近い うちに」means "in the near future."

Ⓒ 在表示时间及时期的词语后附加「うちに」，有「在其时间之内・时期之内」的意思。「近い うちに」是「不久的将来」的意思。

Ⓥ「うちに」thêm vào sau những từ chỉ thời gian, thời kì mang ý nghĩa [Trong thời gian đó, trong thời hạn đó]. 「近い うちに」mang ý nghĩa [Trong tương tai gần] (trong thời gian sắp tới).

EX1 心配は いりません。2、3日の **うちに** 治ります。
（There is no need to worry. It will heal within two or three days.／不用担心，2，3天之内就会好。 ／ Không phải lo đâu. Bệnh sẽ khỏi trong vòng 2, 3 ngày.）

EX2 若い **うちに**、いろいろ けいけんする ことが 大事です。
（It is important to experience many different things while you are young.／年轻时（趁年轻）多经历一些很重要。 ／ Trong khi còn trẻ, cần trải nghiệm thật nhiều.）

🔑 ～て あげる　To do～ for someone／给予～[给与恩惠]／Làm ~ cho ai đó

E「てあげる」represents performing an act for someone else's sake.

C「てあげる」附加在动词『て形』后，表示「为谁而进行某种行为」。

V「てあげる」được thêm vào sau động từ thể TE mang ý nghia [Nghĩ cho ai đó nên đã làm điều gì đó].

EX1▶ 友だちに その 本を 貸して あげました。
とも　　　　　　　ほん　か
(I let my friend borrow that book.／给朋友借了那本书。／ Tôi đã cho bạn mượn cuốn sách ấy.）

EX2▶ けさ、妹に お弁当を 作って あげました。
いもうと　べんとう　つく
(This morning, I made a box lunch for my little sister.／今天早上，给妹妹做了便当。／ Sáng nay tôi đã làm cơm hộp cho em gái.）

🔍 Focus on the Structure

❶〈一人の [女の 人]〉は、\近い うちに/\旅行で/
ひとり　　おんな　ひと　　　　ちか　　　　　　りょこう
　　　　　　　　　　　　　　　　　　　　　　～うちに

cause or reason／原因或理由／nghuyên nhân và lý do

わたしの 国に 行く そうです。
くに　い
hearsay／传说／nghe nói

❷〈彼女に たのまれて、〉[あいさつの ことば] を
かのじょ

actions that occur in sequence／按照顺序的动作／các hành động xảy ra liên tiếp theo thứ tự

NのN

\少し/ 教えて あげました。
すこ　　おし
Vて あげる

47

Lesson

12 〜よう [比ゆ]

Like 〜 [Comparison]
像〜 [比喩]
Cứ như thế là [So sánh]

---

❶あきらさんは いつも 明るく 元気で、スポーツが 大好きな 学生です。元気すぎて、ちょっと うるさい ときも あります。でも、子どもの ころは、体が 小さく、おとなしくて、声も 小さかった そうです。❷そのため、女の子の ようだ、男の子 らしくない、などと、よく 言われた そうです。今の あきらさんと まったく ちがうので、その 話を 聞いて わらって しまいました。

❶ *Akira-san wa itsumo akaruku genki de, supōtsu ga daisuki na gakusē desu. Genki sugite, chotto urusai toki mo arimasu. Demo, kodomo no koro wa, karada ga chīsaku, totemo otonashikute, koe mo chīsakatta sō desu.* ❷ *Sonotame, onna-no-ko no yōda, otoko-no-ko rashikunai, nado to, yoku iwareta sō desu. Ima no Akira-san to mattaku chigau node, sono hanashi o kīte waratte shimaimashita.*

Vocabulary

☐ おとなしい　*otonashī*：quiet; docile／老实／Lành, hiền lành

☐ そのため　*sonotame*：for that reason／因此／Vì thế

☐ 女の子　*onna-no-ko*：girl／女孩儿／Con gái, bé gái

☐ 男の子　*otoko-no-ko*：boy／男孩儿／Con trai, bé trai

☐ まったく　*mattaku*：completely／完全／Hoàn toàn

☐ ちがう　*chigau*：different; wrong／不一样／Khác

🔑 〜よう [比ゆ comparison／比喻／So sánh]

E「Xの よう」 represents that something resembles another something (X).「女の子の よう」 means "Is actually a boy but looks like a girl."

C「Xの よう」是表示像什么别的（X）的意思。「女の子の よう」是「实际上是个男孩儿，却看上去像个女孩儿」的意思。

V「Xの よう」 mang ý nghĩa giống với một thứ gì đó khác (X).「女の子の よう」 có nghĩa là [Thật ra đứa bé ấy là bé trai nhưng nhìn giống như bé gái]

EX1 この パンは すごく かたくて、石の ようです。
(This bread is so hard it is like a rock.／这块面包很硬，像石头一样。／ Cái bánh này cứng cứ như thế là đá.)

EX2 ゆめの ように 楽しい 毎日でした。
(Those days were so fun they were like a dream.／就像做梦似的，每天非常愉快。／ Ngày nào cũng vui như thế một giấc mơ vậy.)

E There are cases where「よう」 is placed after the plain form of a verb to represent the same meaning.

C 还可以在动词一般形后接「よう」，表示同样的意思。

V Ngoài ra, có thể gắn「よう」 vào thể thường của động từ để thể hiện ý nghĩa tương tự.

EX すごく つかれて いたので、けさは 死んだ ように ねむって いました。
(I was very tired, so I was sleeping like I was dead this morning.／因为累极了，早上好像睡死过去一样。／ Tôi đã rất mệt nên sáng nay tôi đã ngủ như chết.)

🔑 〜らしい［様態（ようたい） form／样态／Hình thái］

E Used to state a nature or trait naturally held by a person or thing that is strongly felt.

C 能感觉到人及事物所具有的性质及特征的样子。

V Chỉ tình trạng thường cảm nhận được về đặc điểm, tính chất vốn có của người hoặc vật.

EX1 あの 子は 言う ことが おとなの ようで、子ども らしくない。
(That child speaks like an adult and seems very not child-like.／那个孩子说话像大人似的，不像个孩子。／ Đứa trẻ ấy nói năng cứ như người lớn, không đúng bản chất trẻ con gì cả.)

EX2 今日は、春らしい 服が ほしくて、デパートに 行きました。
（I wanted spring-like clothes today and so I went to the department store.／今天像买件春天穿的的衣服，去了百货店。／ Hôm nay tôi muốn mua bộ quần áo đúng kiểu mùa xuân nên đã đi cửa hàng bách hóa.)

🔍 Focus on the Structure

❶ あきらさんは ＼いつも／＼明（あか）るく／ 元気（げんき）で、
〜は 〜で

〈スポーツが 大好（だいす）きな〉 学生（がくせい）です。
〜が 好きな N

❷ ＼そのため／、［女（おんな）の 子（こ）］の ようだ、［男（おとこ）の 子（こ）］らしくない、などと、
comparison／比喩／So sánh
form／样态／hình thái
to indicate a reference／表示引用／ biểu thị trích dẫn

＼よく／ 言（い）われた そうです。
Passive Form／被动形／Dạng bị động
hearsay／传说／ nghe nói
（Vない＋ *reru*）

Basic form そのため、〜と 言（い）われた そうです。

Grammar Target
◆ 〜ことに する
◆ 〜と 思う

Lesson 13 〜ことに する

Decide to 〜
決定〜
〜 Quyết định làm

　さくらさんが どこかへ 旅行に 行こうと 言いました。わたしも すぐに「いいですね。そう しましょう！」と 答えました。❶ でも、まだ しばらく 寒いので、もう 少し あたたかく なってから 行く ことに しました。たぶん、来月の 10日ごろに なると 思います。まず、これから どこに 行くか、決めます。わたしは 京都に 行きたいです。❷日本の 文化が たくさん 楽しめると 思うからです。

Sakura-san ga dokoka e ryokō ni ikō to īmashita. Watashi mo sugu ni "Ī desu ne. Sō shimashō!" to kotaemashita. ❶ Demo, mada shibaraku samui node, mō sukoshi atatakaku natte kara iku koto ni shimashita. Tabun, raigetsu no tō-ka goro ni naru to omoimasu. Mazu, korekara doko ni iku ka, kimemasu. Watashi wa Kyōto ni ikitai desu. ❷ Nihon no bunka ga takusan tanoshimeru to omou kara desu.

Vocabulary

☐ 決める　*kimeru*：decide／决定／Quyết định

☐ 楽しむ　*tanoshimu*：enjoy／享受、欣赏／Thưởng thức

〜ことに する　Decide to 〜／決定〜／〜 Quyết định làm

E Represents that the details of an action have been decided on. This is used for both personal and group actions.

C 表示决定行动内容，用于个人的行动，也用于组织的行动。

V Biểu hiện việc quyết định nội dung hành động. Có thể dùng với hành động cá nhân và hành động của tổ chức.

EX1 A大学は、今年の 卒業式を 3月 20日に 行う ことに しました。
（A University decided that this year's graduation ceremony will be held on March 20.／A大学决定 3月 20号举行今年的毕业典礼。／Trường đại học A quyết định tổ chức lễ tốt nghiệp năm nào vào ngày 20 tháng 3.）

EX2 わたしは、夜 ねる 前に、日記を 書く ことに して います。
（I have made the decision to write in my diary before going to sleep.／我决定睡前写日记。／Tôi quyết định viết nhật ký buổi tối trước khi đi ngủ.）

〜と 思う　Think〜／觉得〜／〜 Nghĩ là

E An expression used to indicate the content of one's thoughts.

C 表示思考的内容。

V Cách nói thể hiện nội dung suy nghĩ.

EX1 これは 間違って いると 思います。（I think this is wrong.／我觉得这个不对。／Tôi nghĩ cái này sai.）

EX2 医者に なりたいと 思って います。（I think I want to become a doctor.／我想当医生。／Tôi muốn trở thành bác sĩ.）

Focus on the Structure

❶《でも、》＼まだ／＼しばらく／寒いので、
reason／理由／Lí do

＼もう 少し／あたたかく なって から 行く ことに しました。
origin／起点／khởi điểm
Ａく なる　　　Ｖる＋ことに する

Basic form 〜ので、〜ことに しました。

❷［日本の 文化］が ＼たくさん／楽しめる と 思う から です。
to indicate a reference／表示引用／biểu thị trích dẫn
reason／理由／Lí do
Ｖ可能形
tanosim⧸+ *eru*（Ⅰグループ）

Ｅ The end of the sentence is a combination of 「〜と 思う」 and 「〜からです」.
Ｃ 句末是「〜と 思う」和「〜からです」的接合形。
Ｖ cuối câu là dạng kết hợp 「〜と 思う」 và 「〜からです」.

Lesson

14 ～らしい[推量]
すいりょう

Seems～[conjecture]
好像［推測］
～ Quyết định làm

……❶その 女優は かなり 人気が あるらしくて、友だちは
　　　　じょゆう　　　　　　　にんき
みんな、名前を 知って いました。わたしが 知らないと 言うと、
　　　　なまえ　し　　　　　　　　　　　　し　　　　　　い
もっと 日本の ことを 勉強した ほうが いいと 言われました。
　　　　にほん　　　　　べんきょう　　　　　　　　　　い
それで、今日、図書館で 映画 かんけいの 本を 借りました。
　　　　きょう　としょかん　えいが　　　　　　ほん　か
なかなか 女優の 名前を おぼえる ことは できません。❷でも、日
　　　　じょゆう　なまえ　　　　　　　　　　　　　　　　　に
本の 映画に きょうみを 持ち、もっと 見ようと 思いました。
ほん　えいが　　　　　　　も　　　　　み　　　　おも

……❶ *Sono joyū wa kanari ninki ga aru rashikute, tomodachi wa minna, namae o shitte imashita. Watashi ga shiranai to iu to, motto Nihon no koto o benkyō shita hō ga ī to iwaremashita. Sorede, kyō, toshokan de ēga kankē no hon o karimashita. Nakanaka joyū no namae o oboeru koto wa dekimasen.* ❷ *Demo, Nihon no ēga ni kyōmi o mochi, motto miyō to omoimashita.*

Vocabulary

□ 女優　*joyū*：actress／女演员／Nữ diễn viên　　　□ きょうみ　*kyōmi*：interest／兴趣／Sự hứng thú

□ 人気　*ninki*：popular／有人气／Sự hâm mộ　　　□ もっと　*motto*：more／更／Hơn nữa

□ かんけい　*kankē*：related／关系／Liên quan

🔑 ～らしい[推量] Seems～[conjecture]／好像[推測]／～ Hình như (phán đoán)
すいりょう

E Represents a conjecture based on multiple information sources, meaning 「そう 思われる」. It takes an adjective-like form and becomes 「～らしい、～らしくない、～らしかった」.

C 是「そう思われる」的意思，表示通过几个情报而得到有根据的推测。词形类似形容词形，为「～らしい、～らしくない、～らしかった」。

V Có nghĩa là 「そう 思われる」, thể hiện sự phán đoán có căn cứ dựa trên một vài thông tin. Dạng thức giống như tính từ với các dạng 「～らしい、～らしくない、～らしかった」.

EX1 山下さんが 会社を やめる**らしい**と、みんなが 言って います。
　　　　やました　　かいしゃ
(Everyone is saying that it seems Yamashita-san will be leaving the company.／大家都说山下好像辞职了。／ Mọi người nói hình như Yamashita sẽ nghỉ làm ở công ty.)

EX2 彼女は M大学に 合格した**らしい**です。
　　　　かのじょ　だいがく　　ごうかく
(It seems she was accepted to M University.／她好像考上 M大学了。／ Hình như cô ấy đã đỗ trường đại học M.　)

🔑 ～ほうが いい Should～／还是～好／～ Nên

E Putting 「ほうが いい」 after the ta-form of a verb represents advice or a warning. In negative cases, it is placed after the nai-form of a verb and becomes 「～ない ほうが いい」.

C 在动词的『た形』后加「ほうが いい」，表示建议及忠告。否定时附加在动词的『ない形』后，为「～ない ほうが いい」。

V Thêm 「ほうが いい」 sau động từ dạng TA biểu hiện sự khuyên nhủ hoặc cảnh báo. Trường hợp phủ định sẽ kết hợp với động từ dạng NAI thành 「～ないほうが いい」.

EX1 寒いから、上着を 着た **ほうが いいです**よ。
（It is cold, so you should wear a jacket.／因为冷，应该穿上上衣。／ Vì trời lạnh, anh nên mặc thêm áo khoác. ）

EX2 かぜですか。じゃ、早く 帰った **ほうが いいです**よ。
（Do you have a cold? Then you should go home early.／感冒了吗? 那早点儿回家吧。／ Anh bị cảm à? Vậy thì nên về sớm. ）

EX3 気持ち 悪く なるから、見ない **ほうが いいです**よ。
（You'll feel sick, so you shouldn't watch it.／因为看了后会不舒服，还是不看好。／ Anh sẽ thấy khó chịu đấy nên đừng xem. ）

🗝 ～（よ）うと 思う　Think that～／想要～／ ~ Định

E An expression that places「と 思う」after the volitional form of a verb that represents the speaker's intention. The volitional form is created in the following way:

C 是在表示说话人意志的「动词意志形」后加「と思う」的表现。意志形如下。

V Mẫu câu kết hợp「と 思う」và "dạng ý chí của động từ" để thể hiện ý chí của người nói. Dạng ý chí của động từ được biến đổi như sau:

Ⅰ グループ	**E** Remove「imasu」, and put「-ō」before where the「ます」was.	**EX** 読もう (*yomimasu* → *yomō*)
Group I／Ⅰ组／Nhóm I	**C** 将「ます」去掉，「ます」前的部分用「-ō」。 **V** Bỏ「ます」, chuyển trước「ます」thành「-ō」.	行こう (*ikimasu* → *ikō*)
Ⅱ グループ	**E** Replace「ます」with「よう」.	**EX** 食べよう
Group II／Ⅱ组／Nhóm II	**C** 将「ます」用「よう」替换。 **V** Chuyển「ます」thành「よう」.	(*tabemasu* → *tabeyō*)
Ⅲ グループ	**EX** します→しよう　来ます→来よう	
Group III／Ⅲ组／Nhóm III		

EX1 お金が ないので、旅行は やめ**よう**と **思います**。
（I have no money, so I am thinking of not going on the trip.／因为没有钱，想取消去旅行。／ Vì không có tiền nên tôi định bỏ không đi du lịch.）

EX2 友だちに おみやげを 買**おう**と **思います**。
（I am thinking I will buy a gift for my friend.／想给朋友买旅行礼物。／ Tôi định mua quà cho bạn. ）

🔍 Focus on the Structure

❶ [その 女優] は ＼かなり／〈人気が ある〉らしくて、
　　　　　　　　　　　　　　　　　　guess／推测／ suy đoán

友だちは ＼みんな／、名前を 知って いました。
　　　　　　　　　　　　　　　　　V ている

❷ 《でも、》[日本の 映画] に きょうみを 持ち、
　　　　　　　　　　　　　　target; object／对象／ đối tượng

＼もっと／ 見**よう**と 思いました。
　　　　V意向 ＋ と 思う
　　　mimasu ＋ *-yō* （Ⅱ グループ）

Lesson

15 ～より ～（の）ほう
～ more than ～
与其～不如～
so với ～ thì ～ hơn

　わたしが 今 住んで いる アパートは、駅から 3分ぐらいの ところです。友だちが 来ると、たいてい 「こんな べんりな ところに 住んでるの？」 などと 言います。でも、まどを 開けると、電車や 車の 音が けっこう うるさい ん です。わたしも 最初は べんりで いいと 思いました。❶遠い ところより 近い ところの ほうが いいと 思って、へやを さがしましたし……。❷でも 今は、駅から 近くなくても いいので、しずかな へやに 住みたいです。

Watashi ga ima sunde iru apāto wa, eki kara aruite san-pun gurai no tokoro desu. Tomodachi ga kuru to "Konna benrina tokoro ni sunderuno?" nado to ī masu. Demo, mado o akeruto, densha ya kuruma no oto ga kekkō urusai n desu. Watashi mo saisho wa benri de ī to omoimashita. ❶ Tōi tokoro yori chikai tokoro no hō ga ī to omotte, heya o sagashimashita shi…. ❷ Demo ima wa, eki kara chikaku nakutemo ī node, shizukana heya ni sumitai desu.

Vocabulary

☐ アパート　*apāto*：apartment／公寓／Căn hộ

☐ ところ　*tokoro*：place／地方／Nơi

☐ まど　*mado*：window／窗户／Cửa sổ

☐ 開ける　*akeru*：open／打开／Mở

☐ けっこう　*kekkō*：fairly; rather／挺／Khá

☐ さがす　*sagasu*：find／找／Tìm kiếm

🔑 こんな　This／这样的／Như thế này

E A word with 「こそあど」 forms that represents surprise or emphasis during conversation.

C 是「こそあど」体系的词语，会话中表示惊讶及强调的语气。

V Là từ thuộc nhóm từ「こそあど」, thể hiện sự ngạc nhiên hoặc nhấn mạnh trong hội thoại.

> **EX1** そんな べんりな ところに ある レストランは 高い でしょうね。
>
> （A restaurant in that convenient of a place must be expensive.／在那么方便的地方的餐馆一定很贵吧。／ Nhà hàng ở chỗ như thế kia thì chắc đắt lắm.）

> **EX2** あんな きれいな ホテルに 泊まりたい ですね。
>
> （I'd like to stay in a hotel that pretty.／很想住在那么漂亮的饭店。／ Tôi muốn trọ ở khách sạn đẹp như thế đó.）

🔑 ～より ～（の）ほう　～ is better than ～／与其～不如～／ so với ～ thì ～ hơn

E An expression that compares two things and indicates which is superior and which is inferior.

C 是比较两者优劣的表现。

V Mẫu câu so sánh hai sự vật để chỉ sự hơn kém.

EX1 彼より 彼女の ほうが 話が 上手です。
（She is better at speaking than him.／跟他比，她很会说话。／ Cô ấy nói chuyện giỏi hơn anh ấy.）

EX2 バスで 行くより 歩いて 行くほうが いいです。
（It is better to walk than to go by bus.／与其坐车去，不如走着去快。／ Đi bộ tốt hơn đi bằng xe buýt.）

🔑 ～なくても いい　Doesn't have to ～／不用～／～ Không cần

E Represents that there is no need for something.　**C** 表示没那个必要。　**V** Chỉ việc đó là không cần thiết.

EX1 飲み物は 用意して いるので、買わなくても いいです。〈動詞ない形＋〉
（Drinks have been prepared, so you don't have to buy them.／喝的已经准备好了，所以不用买了。／ Đồ uống đã được chuẩn bị nên không cần mua.）

EX2 1日 泊まるだけ なので、部屋は 広くなくても いいです。〈Aく＋〉
（I'm only staying for one night, so the room doesn't have to be big.／只是睡一宿，房间不用太大。／ Chỉ ở có một ngày nên không cần phòng rộng.）

EX3 きれいでなくても いいので、タオルを 貸して ください。〈NAな＋で〉
（It doesn't have to be pretty, please just lend me a towel.／不干净也行，请借我条毛巾。／ Cho tôi mượn khăn, không cần sạch.）

🔍 Focus on the Structure

❶ [遠い ところ] より [近い ところ] の ほうが いい と 思って、
　　　　　　　——～より～のほうがいい——　　　　　～と 思う

へやを さがしました し……。
　　　　　　　　　～し

E The particle「し」added to the end of sentences represents that there are many reasons and foundations for an opinion or assertion. While there are times that multiple items are specifically said, in other cases just one thing is said and the rest are implied.

C 在句末加助词「し」表示主张、意见的理由及有各种根据。用于列举具体事类，也用于只叙说其一暗示其他的场合。

V Trợ từ「し」thêm vào cuối câu biểu hiện có nhiều lý do, căn cứ cho ý kiến, luận điểm của mình. Có trường hợp nêu ví dụ cụ thể nhưng cũng có trường hợp chỉ nêu một ví dụ để gợi ý.

affects the entire sentence／与全句相关／bổ nghĩa cho toàn bộ câu

❷ 《でも》＼今は、／駅から 近くなくても いいので、
　　　　　　　　　　　　　　　　　　reason／理由／Lí do

[しずかな へや] に 住みたいです。
　　　　　　　　　Ｖ たい
　　　　desire; wish／愿望／nguyện vọng

Lesson 16 ～はず
Should ～
应该～
～ Chắc chắn

夏休みに、あきらさんが はたらいて いる レストランで ２週間、アルバイトを しました。慣れなくて 大変でしたが、いい けいけんが できました。❶機会が あれば、また、やりたいと 思いました。❷すると 今日、お店の 店長から 電話が あって、てつだって ほしいと 言われました。やりたい の ですが、今は 難しいと 思いました。これから レポートや しゅくだいが 多く なります。きっと 忙しく なる はず ですから。ざんねんですが、しばらく できないと 返事しました。

Natsu-yasumi ni, Akira-san ga hataraiteiru resutoran de ni-shūkan, arubaito o shimashita. Narenakute taihen deshitaga, ī kēken ga dekimashita. ❶Kikai ga areba, mata, yaritai to omoimashita. ❷Suruto kyō, o-mise no tenchō kara denwa ga atte, tetsudatte hoshī to iwaremashita. Yaritai no desuga, ima wa muzukashī to omoimashita. Korekara repōto ya shukudai ga ōku narimasu. Kitto isogashiku naru hazu desu kara. Zannen desu ga, shibaraku dekinai to henji shimashita.

Vocabulary

☐ 慣れる　*nareru*：get used to; become accustomed to／习惯／Quen

☐ 機会　*kikai*：opportunity／机会／Cơ hội

☐ 店長　*tenchō*：store manager／店长／Quản lý nhà hàng

☐ きっと　*kitto*：probably／一定／Chắc chắn

☐ ざんねん（な）　*zannen(na)*：unfortunate／遗憾／Tiếc

☐ 返事（する）　*henji(suru)*：reply／回复／Trả lời

● ～ば ［仮定条件 hypothetical situation／假定条件／Điều kiện giả định］

Ⓔ *~ba* is the expression of a hypothetical situation, and 「Aば、B」 represents "When situation or circumstance A happens, B." 「～ば」 is expressed as「-eba」 in the conjugated part of verbs and adjectives.

Ⓒ 「～ば」是假定条件的表现，「Aば、B」是表示「在 A 事态・状况时，就 B。」的意思。「～ば」是在动词或形容词的活用部分接「-eba」。

Ⓥ 「～ば」 là mẫu câu điều kiện giả định, 「Aば、B」 có nghĩa là "khi ở trong tình trạng, hoàn cảnh A thì sẽ là B". 「～ば」 được biến đổi từ phần hoạt dụng của động từ hoặc tính từ thành 「-eba」.

Ⅰ グループ　Group I／I 组／Nhóm I	EX ▶ 読みます／読む⇒読めば（*yomeba*）
Ⅱ グループ　Group II／II 组／Nhóm II	EX ▶ 食べます／食べる⇒食べれば（*tabereba*）
Ⅲ グループ　Group III／III 组／Nhóm III	EX ▶ します／する⇒すれば（*sureba*）
い形容詞　I-adjectives／い形容词／Tính từ đuôi I	EX ▶ 安い⇒安ければ（*yasukereba*）
な形容詞　Na-adjectives／な形容词／Tính từ đuôi NA	EX ▶ 元気な／元気だ⇒元気であれば（*genkideareba*）

EX1 これを読めば、わかります。（You will understand if you read this.／看了这个就明白了。／Nếu đọc cái này thì sẽ hiểu.）

EX2 練習をすれば、うまくなります。（You will become better if you practice／练习就会进步。／Nếu luyện tập thì sẽ giỏi.）

EX3 安ければ、買うつもりです。（I intend to buy it if it is cheap.／便宜就打算买。／Nếu rẻ thì tôi định sẽ mua.）

🔑 ～のだ Is ～／是～的［事情说明］／～ là

E An expression used to explain a situation or indicate the speaker's judgment in order to make someone understand.

C 是为了得到对方的理解，说明情况及表示说话人的判断的表现。

V Là cách nói giải thích tình hình hoặc nêu nhận định của người nói để để mong đối phương hiểu.

EX1 きのうは 早く 帰って すみません。ちょっと つかれて いた の です。

（I'm sorry for leaving early yesterday. I was a little tired.／对不起，昨天早回去了，因为有点儿累了。／Xin lỗi vì hôm qua tôi về sớm. Là tại tôi hơi mệt.）

EX2 その やり方は よくないです。こう すれば いい の です。

（You shouldn't do it that way. It is better to do it like this.／那种做法不好，这样做好。／Cách làm đó không tốt. Là vì có thể làm như thế này.）

🔑 ～はず Should be ～／应该～／～ Chắc chắn

E An expression to indicate the speaker's decision based on objective reasoning. The negative form is 「はずがない」.

C 是根据说话人的主观理由做出判断的表现。否定为「はずが ない」。

V Cách nói thể hiện nhận định của người nói dựa trên lý do chủ quan. Dạng phủ định là 「はずが ない」.

EX1 10時を すぎて いるので、お店は 開いている はずです。

（It is past 10, so the store should be open.／因为过 10点了，商店该开门了。／Đã hơn 10 giờ rồi nên chắc chắn cửa hàng đang mở.）

EX2 こんな むずかしい しゅくだい、明日までに できる はずが ないです。

（It shouldn't be possible to do homework this difficult by tomorrow.／这么难的问题，做到明天也做不出来。／Bài tập khó như thế này thì chắc chắn không thể xong trước ngày mai.）

🔍 Focus on the Structure

❶ 〈機会が あれば〉、＼また、／やりたいと 思いました。

～ば

hypothetical situation／
假定条件／Điều kiện giả định

～と 思う

affects the entire sentence／
与全句相关／
bổ nghĩa cho toàn bộ câu

origin／起点／khởi điểm

❷ 《すると》＼今日、／［お店の 店長］から 電話が あって、

＝「電話が かかってきて」

てつだって ほしいと 言われました。

Ｖて ほしい

Passive Form／被动形／Dạng bị động

Lesson 17 〜そう［様態］

It seems 〜［condition］
好像［样态］
〜Trông có vẻ (bề ngoài)

あきらさんは 大学の サッカーチームの せんしゅです。今度の 日曜日に Ｋ大学と 試合を するので、さくらさんと 一緒に 見に 行く ことに しました。「あきらさんの チームは 勝て そう ですか。」と 聞くと、さくらさんは ❶「うーん……今は Ｋ大学の ほうが 強い みたい です。がんばらないと、勝てないでしょう。」と 答えました。❷わたしは 「じゃ、しっかり おうえんしなくては いけませんね。」と 言いました。

Akira-san wa daigaku no sakkā chīmu no senshu desu. Kondo no nichiyōbi ni K daigaku to shiai o suru node, Sakura-san to issho ni mi ni iku koto ni shimashita. "Akira-san no chīmu wa kateso desu ka?" to kiku to, Sakura-san wa "❶ Ūn .... Ima wa K daigaku no hō ga tsuyoi mitai desu. Ganbaranai to, katenai deshō." to kotaemashita. ❷ Watashi wa "Ja, shikkari ōen shinakutewa ikemasen ne." to īmashita.

Vocabulary

□ サッカー　*sakkā*：soccer／足球／Bóng đá

□ チーム　*chīmu*：team／队／Đội

□ 勝つ　*katsu*：win／赢／Thắng

□ うーん　*ūn*：hmm／嗯／Hmm

□ 強い　*tsuyoi*：strong／强／Mạnh

□ がんばる　*ganbaru*：try hard／加油／Cố gắng

□ おうえん（する）　*ōen (suru)*：support; cheer／声援／Cổ vũ

●〜そう［様態］ It seems 〜［condition］／好像［样态］／~ Trông có vẻ (bề ngoài)

Ⓔ *~sō* comes after the *masu*-form of a verb and represents that there is a high possibility that something will turn out that way.

Ⓒ「〜そう」附在动词『ます形』后，表示其可能性很高。

Ⓥ「〜そう」đi sau động từ dạng MASU, chỉ khả năng đó là cao.

EX1 全然 練習が できなかったので、今回は 負け**そう**です。
（I couldn't practice at all, so it seems that I will lose this time.／因为一点儿没练习，所以这次要输。／Vì không thể luyện tập gì nên lần này trông có vẻ sẽ thua.）

EX2 雨が 降り**そう**だから、かさを 持って いきましょう。
（It seems like it is going to rain, so let's bring an umbrella.／好像要下雨，带上雨伞吧。／Trông có vẻ sắp mưa nên mang theo ô thôi.）

Ⓔ For adjectives, this is expressed like「○○い→○○そう」「○○な→○○そう」.

Ⓒ形容词的场合是「○○い→○○そう」「○○な→○○そう」这样表现。

Ⓥ Trường hợp là tính từ thì đổi như sau:「○○い→○○そう」「○○な→○○そう」.

EX1 おいし**そう**な ケーキですね。（That seems like a tasty cake.／好像很好吃的蛋糕啊。／Chiếc bánh trông có vẻ ngon nhỉ.）

EX2 最近、彼は ひま**そう**です。（He seems free lately.／最近他好像挺闲的。／Dạo này anh ấy có vẻ rảnh rỗi.）

ほう　the side of ～／还是～[选择・区别]　／ Hơn

E Used when making a decision while comparing one thing to another. In some cases, this is said while abbreviating the other thing being compared to.

C 与其他做比较叙述其判断时使用。

V Dùng khi so sánh và nhận định với thứ khác. Có trường hợp sẽ lược bỏ sự vật được so sánh.

EX 地下鉄の ほうが 早く 着きます。（The subway will get you there faster.／地铁会早到（地铁比较快）／Tàu điện ngầm sẽ tới sớm hơn. ）

～みたい　Looks like ～／像～／～ Hình như

E Represents that a situation or circumstances appears a certain way by the speaker's judgment. Comes after plain form.

C 作为说话人的判断，表示「有其样子及状态」，接普通形。

V Nêu nhận định của người nói là "có vẻ như thế, tình hình là như thế". Dùng với dạng thường.

EX1 彼は かぜが 治ったみたいです。（It looks like he has recovered from his cold.／他感冒好像好了。／ Hình như anh ấy đã hết cảm. ）

EX2 お店は 今日も 込んでいるみたいです。
（The store looks crowded today, too.／今天店里人也好像很多。／ Hình như cửa hàng hôm nay vẫn đông. ）

E It can also follow a noun to represent that something's shape or appearance resembles that noun.

C 还接名词，表示形状及样子相似。　**V** Ngoài ra, dùng với danh từ để chỉ hình dạng, trạng thái giống với danh từ đó.

EX 彼は ときどき、子どもみたいな ことを 言います。
（He sometimes says child-like things.／他常常说些孩子话。／ Thỉnh thoảng anh ấy nói những điều giống như trẻ con. ）

～なくては いけない／～ないと いけない　Must ～ / Have to ～／必须～／～ Phải

E The same as「～なければ ならない」, representing a duty or some other unavoidable action.

C 与「～なければ ならない」相同，表示义务及不可避免的事情。

V Giống như「～なければ ならない」, chỉ những việc không thể tránh khỏi như nghĩa vụ.

EX1 休む ときは、れんらくを しなくては いけませんよ。
（You must contact us when you're taking the day off.／休息时必须得联系。／ Khi nào nghỉ thì phải liên lạc. ）

EX2 図書館に 本を 返さないと いけません。
（I have to return books to the library.／必须得把书还给图书馆。／ Phải trả sách cho thư viện. ）

🔍 Focus on the Structure

❶ うーん…… ＼今は／ K 大学の ほうが 強い みたい です。

hesitate／难以表达／ ấp úng

affects the entire sentence／与全句相关／bổ nghĩa cho toàn bộ câu

～の ほうが ～

appears in a way that is thought to seem like～／被认为是～的样子／ trạng thái được nghĩ là

❷ わたしは「じゃ、＼しっかり／

おうえんしなくては いけませんね。」と 言いました。

V なくては いけない

Lesson
18 ～よう

It appears that ～
好像
~ Có vẻ như

❶わたしの まわりでも、カードで 買い物を する 人が ふえて いる ようです。「お金を 持って 歩かなくても いいから、べんり なんです。」と さくらさんは 言いますが、わたしは ほとんど 使いません。❷カードで 買い物を すると、お金を 使いすぎて しまい そうで、こわいんです。田中さんに そう 言うと、田中さんは「買いたければ、いつでも 買う ことが できますからね。買い物が 上手に なってから、使えば いいですよ。」と 言いました。

❶ *Watashi no mawari demo, kādo de kaimono o suru hito ga fuete iru yō desu. "O-kane o motte arukanakutemo ī kara, benri na n desu." to Sakura-san wa īmasu ga, watashi wa hotondo tsukaimasen.*
❷ *Kādo de kaimono o suruto, o-kane o tsukaisugite shimai sō de, kowai n desu. Tanaka-san ni sō iu to, Tanaka-san wa "Kaitakereba, itsudemo kau koto ga dekimasu kara ne. Kaimono ga jōzu ni natte kara, tsukaeba īdesu yo." to īmashita.*

Vocabulary

☐ カード　*kādo*：(credit) card／卡／Thẻ

☐ ふえる　*fueru*：increase／増加／Tăng

☐ ほとんど～ない　*hotondo ～ nai*：barely any ~／几乎不／没~／Hầu như không

☐ こわい　*kowai*：scary／怕、担心／Sợ

☐ 上手　*jōzu*：proficiently; well／进步／Giỏi

🔑 ～よう　Appears that～／好像／~ Có vẻ như

ⓔ Putting「ようだ」at the end of a sentence means "it is thought so."
ⓒ 在句末附加「ようだ」，表示「认为是那样」的意思。　ⓥ Thêm「ようだ」ở cuối câu có nghĩa là "được cho là như vậy".

EX1 この 大学に 入るのは、かなり むずかしい**ようです**。
　　　　だいがく　はい
(It appears that getting into this university is quite hard.／考入这所大学好像相当难。／Vào trường đại học này có vẻ là khá là khó.)

EX2 もう、こんな 時間なので、間に合わない**ようです**。
　　　　　　　 じかん　　　　　ま あ
(It appears that we won't make it in time, given how late it already is.／已经这个时间了，好像来不及了。／Đã đến giờ này rồi nên có vẻ sẽ không kịp.)

🔑 ～んです　Is～／是～的[事情说明]／～Là

ⓔ「～んです」is an expression used to explain a situation or emphasize a meaning.
ⓒ「～んです」是说明事情，强调意思的表现。　ⓥ「～んです」là mẫu câu giải thích tình hình hoặc nhấn mạnh ý nghĩa.

EX1 行きたいけど、来週、試験がある**んです**。
　　　　い　　　　　らいしゅう　しけん
(I want to go, but I have a test next week.／想去，不过下周有考试啊。／Tôi muốn đi nhưng tuần sau lại có bài thi.)

EX2 まじめに 聞いている**んだ**から、答えてください。
　　　　　　　き　　　　　　　　　　　こた
(I'm asking seriously, so answer.／我在认真听着呢，请回答。／Tôi đang hỏi nghiêm túc nên hãy trả lời.)

🔑 疑問詞＋でも
ぎ　もん　し

Interrogative＋でも／疑问词＋でも／Từ nghi vấn＋でも

E 「Interrogative＋でも」 is used to represent that something holds true in all situations.

C 「疑问词＋でも」是表示任何情况下都成立的意思。

V 「Từ nghi vấn＋でも」 có nghĩa là ở xảy ra ở tất cả các trường hợp.

EX1 こまった ときは、いつでも 言って ください。
い

（Let me know at any time when you're having trouble.／有困难时请随时说。／ Hãy nói với tôi bất cứ khi nào gặp khó khăn.）

EX2 何でも 買って あげますよ。（I'll buy you anything.／什么都给你买啊。／ Tôi sẽ mua cho em bất cứ thứ gì.）
なん　　か

EX3 これは、どこでも 買えます。（You can buy this anywhere.／这个在哪儿都能得到。／ Cái này có thể mua ở bất cứ đâu.）
か

🔑 ～ことが できる
Can ～／能～／～ Có thể

E Placed at the end of the dictionary form of a verb to represent that doing something is possible.

C 接动词原形，表示那样做有可能。

V Dùng với động từ dạng từ điển, có nghĩa là khả năng làm việc đó là có thể.

EX1 屋上から 富士山を 見る ことが できます。
おくじょう　　ふ　じ　さん　　み

（You can see Mount Fuji from the roof.／从屋顶能看见富士山。／ Có thể nhìn thấy núi Phú Sĩ từ sân thượng.）

EX2 ここから 先は、車で 通る ことが できません。
さき　　くるま　　とお

（Cars cannot go through past here.／从这儿往前车通不过去。／ Phía trước không thể đi xe ô tô qua được.）

🔍 Focus on the Structure

❶ 〈わたしの まわりでも、〉カードで 買い物を する 人 が
か　もの　　　　　　　　ひと

NのN

means, method／手段・方法／
phương tiện, phương pháp

ふえて いる ようです。

Vている
progressive form／
进行式／ thể tiếp diễn

appears in a way that is thought to seem like ～
／被认为是～的样子／ trạng thái được nghĩ là

❷ 〈カードで 買い物を すると、〉
か　もの

～と
hypothetical situation／假定条件／ Điều kiện giả định

お金を 使いすぎて しまい そうで、こわいんです。
かね　　つか

Vすぎる ＋ Vて しまう

reason／理由／ Lí do

high possibility that it will become like～
／～样的可能性很高／ khả năng cao trở thành như vậy

Lesson

19 ～とも
Both; all
～都〔両方〕
～cả

　国の 母から 手紙が 来ました。家族と お客さんの 写真が 一緒に 入って いました。お客さんは、田中さんの 会社で はたらいて いる 女の 人です。❶この間、彼女が わたしの 国に 行くと 知らせて きたので、弟と 妹に 空港まで むかえに 行くように 言いました。すると、彼女は わたしの 国の ことばで あいさつを して、お礼を 言ったそうです。❷それが かなり 上手だったので、二人とも おどろいたと 書いて ありました。

Kuni no haha kara tegami ga kimashita. Kazoku to o-kyaku-san no shashin ga issho ni haitte imashita. O-kyaku-san wa, Tanaka-san no kaisha de hataraiteiru onna-no-hito desu. ❶ Kono aida, kanojo ga watashi no kuni ni iku to shirasete kita node, otōto to imōto ni kūkō made mukae ni iku yō ni īmashita. Suruto, kanojo wa watashi no kuni no kotoba de aisatsu o shite, o-rē o itta sō desu.
❷ Sore ga kanari jōzu datta node, futari tomo odoroita to kaite arimashita.

Vocabulary

□ 知らせる　*shiraseru*：notify; inform／通知／Thông báo

□ 弟　*otōto*：younger brother／弟弟／Em trai

□ 妹　*imōto*：younger sister／妹妹／Em gái

□ 空港　*kūkō*：airport／机场／Sân bay

□ 迎える　*mukaeru*：receive／迎接／Đón

□ あいさつ　*aisatsu*：greeting／问候／Chào

□ （お）礼　*(o) rē*：thanks／道谢／Cảm ơn

□ おどろく　*odoroku*：to be surprised／吃惊／Ngạc nhiên

🔑 **～て くる**　for me; let me／～来［表示朝向这边的方向］／～tới

Ⓔ Adding「くる」to「知らせる」emphasizes that the action「知らせる」is being done to the speaker.
Ⓒ 在「知らせる」后加「くる」，强调特意向话者「知らせる」这一行动。
Ⓥ Thêm「くる」vào sau「知らせる」để nhấn mạnh hành động「知らせる」là được hướng tới người nói.

EX1 友だちから また 電話が かかって きた。
(My friend called for me on the phone again.／朋友们又打电话来了。／Lại có điện thoại của bạn gọi tới.)

EX2 これは、母が 送って きた 国の 食べ物です。
(This is food from my country my mother sent for me.／这是母亲从家乡寄来的食品。／Đây là đồ ăn mẹ gửi từ trong nước sang.)

🗝 ～ように 言(い)う　Said to～／那样说～［要求・督促］／～bảo làm

E An expression that says a request or demand to do something was made.

C 是请求及指示那样做的表现。

V Mẫu câu thể hiện yêu cầu hoặc chỉ thị làm việc gì.

> **EX1** 暑(あつ)いので、タオルを 持(も)って くる ように 言(い)われました。
> （It's hot, so I was told to bring a towel.／因为很热，让带上毛巾来。／ Trời nóng nên tôi được bảo mang khăn theo.）

> **EX2** 親(おや)に あまり 心配(しんぱい)しない ように 言(い)いました。
> （I told my parents not to worry too much.／我说不要让父母太担心。／ Tôi bảo bố mẹ đừng lo lắng quá.）

🗝 ～とも　Both; all／～都［两方］／～cả

E An expression that means「どちらも」regarding multiple people or objects.

C 关于复数的人或事，表示「都」的意思。

V Dùng với dạng số nhiều của người và vật, có nghĩa là「どちらも」.

> **EX1** どっちが 悪(わる)いんじゃなくて、二人(ふたり)とも 悪(わる)いんです。
> （It's not that one or the other is at fault, both of them are.／不是哪个人不好，两个人都不好。／ Trời nóng nên tôi được bảo mang khăn theo.）

> **EX2** かさが 3本(ぼん) ありますが、3本(ぼん)とも こわれて います。
> （There are three umbrellas, but all three are broken.／有三把伞，可是三把都坏了。／ Tôi bảo bố mẹ đừng lo lắng quá.）

🔍 Focus on the Structure

❶ 《＼この間(あいだ)／、彼女(かのじょ)が 〈わたしの 国(くに)に 行(い)く〉 と 知(し)らせて きたので、》　reason／理由／Lí do

弟(おとうと)と 妹(いもうと)に 〈空港(くうこう)まで むかえに 行(い)く〉 ように 言(い)いました。

point of arrival／到达地点／điểm đến　　goal／目的／mục đích　　～ように 言(い)う

❷ 〈それが ＼かなり／ 上手(じょうず)だったので、〉　reason／理由／Lí do

二人(ふたり)とも おどろいたと 書(か)いて ありました。

to indicate a reference／表示引用／biểu thị trích dẫn　　V て ある

Lesson 20 ～の かわりに

Instead of ～
代替～
～ thay cho

Grammar Target
◆ ～て くる　　◆ Aがる
◆ ～（よ）うと する
◆ ～の かわりに

このごろ、だいぶ 寒（さむ）く なって きました。冬（ふゆ）が すぐ 近（ちか）くに やって 来（き）て いる のでしょう。❶わたしは 寒（さむ）いのは きらいじゃない ですが、さくらさんは にがてな ようです。❷「寒（さむ）いのは いやだなあ。」と 言（い）いながら、かなり 寒（さむ）がります。今日（きょう）も 急（いそ）いで 帰（かえ）ろう と するので、「寒（さむ）いから 早（はや）く 帰（かえ）るんですか。」と 聞（き）くと、「ううん。今日（きょう）は お母（かあ）さんの かわりに 夕飯（ゆうはん）を 作（つく）るから。」と 言（い）いました。

Konogoro, daibu samuku natte kimashita. Fuyu ga sugu chikaku ni yatte kite iru no deshō. ❶ "Samui no wa iyada nā." to ī nagara, kanari samugarimasu. ❷ Kyō mo isoide kaerō to suru node, "Samui kara hayaku kaeru n desu ka?" to kiku to, "Uun. Kyō wa okāsan no kawari ni yūhan o tsuku kara." to īmashita.

Vocabulary

- [ ] 冬　*fuyu*：winter／冬天／Mùa đông
- [ ] やって 来る　*yatte kuru*：come／到来／Đến
- [ ] にがて（な）　*nigate(na)*：dislike／棘手／Kém
- [ ] いや（な）　*iya(na)*：disagreeable／不喜欢／Không thích

🔑 ～て くる ［状態（じょうたい）の 変化（へんか）　change of situation／状态的变化／biến đổi trạng thái］

E 「～て くる」represents the close feeling of a situation changing.

C 用「～て くる」表示自身所感到的状态变化。

V 「～て くる」biểu hiện việc cảm nhận trạng thái thay đổi ở rất gần.

> **EX1** だんだん 暑（あつ）くなっ**て きました**ね。（It is becoming hotter and hotter, isn't it?／渐渐热起来了。／Trời dần nóng lên nhỉ.）
>
> **EX2** さいきん、いろいろな ものが 高（たか）くなっ**て きました**ね。
> （Many things have been becoming more expensive recently, haven't they?／最近各种东西都涨价了。／Dạo này nhiều thứ đắt lên nhỉ.）

🔑 Aがる　To show feelings of A／很想A［显著的样子・倾向］　［Xu hướng, tình trạng dễ trở thành A］

E Represents a characteristic change or trend by being attached to adjectives that represent emotions or feelings such as 「暑い、寒い、痛い、うれしい、はずかしい、残念」(hot, cold, painful, happy, embarrassing, unfortunate).

C 接在「热、冷、痛、高兴、害羞、遗憾」等表示感情及感觉的形容词后，表示某种特征的变化及倾向。

V Dùng với các tính từ chỉ cảm xúc, cảm giác như 「暑い、寒い、痛い、うれしい、はずかしい、残念」để thể hiện sự thay đổi hoặc xu hướng đặc trưng.

> **EX1** 彼女（かのじょ）は いつも 高（たか）い ものを ほし**がります**。
> （She always wants expensive things.／她总是想要贵重的东西。／Cô ấy lúc nào cũng muốn thứ đắt tiền.）

EX2 その犬は、前足をさわると、いや**がった**。
（That dog didn't like it when I touched its front leg.／那条狗不喜欢别人摸它的前脚。／ Con chó đó, nếu chạm vào chân trước của nó là nó không thích. ）

EX3 彼女は、まごたちを とても かわい**がって** いました。
（She was showing a lot of love to her grandchildren.／她非常疼爱她的孙子们。／ Cô ấy rất cưng mấy đứa cháu. ）

🔑 ～（よ）うと する　Make it so that ～／想要～[意図]／～ định làm

E An expression indicating intended substance.　**C** 表示意図的内容。　**V** Mẫu câu chỉ ý định.

EX1 エアコンの 温度を 変え**ようと** しましたが、できませんでした。
（I attempted to change the temperature of the air conditioning, but I could not.／想调一下空调的温度，但没调成。／ Tôi định chỉnh nhiệt độ điều hòa mà không chỉnh được. ）

EX2 ちょうど 出かけ**ようと したとき**、雨が ふり始めました。
（Just as I tried to leave, it began raining.／正好要出去时下起雨来了。／ Đúng lúc tôi định ra ngoài thì trời đổ mưa. ）

🔑 ～の かわりに　Instead of ～／代替～／～ thay cho

E Represents someone else or something else doing the original's role.
C 表示被别的人或事物所取代。
V Làm nhiệm vụ của người khác hoặc thứ khác.

EX 友だち**の かわりに**、わたしが アルバイトをしました。
（I went to the part-time job instead of my friend.／我替朋友打工了。／ Ví dụ: Tôi làm thêm thay cho bạn. ）

🔍 Focus on the Structure

❶ わたしは ［寒いの］ は きらい**じゃ**ないですが、

nominalization of an adjective ／
形容词的名词化／ danh từ hóa tính từ

では→じゃ

さくらさんは 苦手な **よう**です。

appears in a way that is thought to seem like ～
／ 被认为是～的样子／ trạng thái được nghĩ là

（彼女は）
abbreviation ／
省略／ lược bỏ

❷ ↓「寒いのは いやだなあ。」と 言い**ながら**、

V ながら

＼かなり／ 寒**がり**ます。

A がる

ふくしゅう　§2 (Lesson 11-20)

I　つぎの　❶〜❻の　＿＿＿に　合う　ものを　a〜gの　中から　えらんで、文を　つくりましょう。

Choose what best goes in blanks ❶〜❻ from a〜g to create a sentence.
请从a〜g中选择适合下面❶〜❻的 ___ 进行造句。
Chọn một từ hoặc một cụm từ trong a〜g để điền vào chỗ ____ trong câu ❶〜❻ và hoàn thành câu.

❶　子どもの　ころは　おとなしくて ＿＿＿＿＿＿＿＿＿＿＿＿＿＿。

❷　田中さんの　家は　マンションの　5階で ＿＿＿＿＿＿＿＿＿＿＿＿。

❸　駅から　近く　なくても ＿＿＿＿＿＿＿＿＿＿＿。

❹　その人に　わたしの　国の　あいさつの　言葉を ＿＿＿＿＿＿＿＿＿＿＿＿＿＿。

❺　アルバイトは　大変でしたが ＿＿＿＿＿＿＿＿＿＿＿。

❻　カードで　買い物を　すると ＿＿＿＿＿＿＿＿＿＿＿。

a．しずかな　部屋に　住みたいです	b．いい　けいけんが　できました
c．お金を　使いすぎて　しまいそうです	d．声も　小さかった　そうです
e．けしきが　とても　よかったです	f．少し　教えて　あげました
g．やりたいと　思いました	g．8まい　あります

II　（　　）の　中に　入れる　ことばを　a〜dから　えらびましょう。

Choose words to put in (　　) from a〜d.
请从a〜d中选择正确的词语填入(　　)内。
Chọn một từ hoặc một cụm từ trong a〜d để điền vào chỗ(　　).

❶　あきらさんの　チームは　試合に　（　　　）ですか。

　　a．勝てる　　　　　b．勝て　　　　　　c．勝てそう　　　　　d．勝てた

❷　お店は　まだ　開いてない　（　　　）ですね。

　　a．こと　　　　　　b．のだ　　　　　　c．ほう　　　　　　　d．みたい

❸ 若い（　　　）いろいろ　けいけんしましょう。
わか

　　a．うちで　　　　　　b．うちに　　　　　　c．うちまで　　　　　d．うちを

❹ 弟と　妹に　彼女を　空港まで　むかえに　行く（　　　）言いました。
おとうと　いもうと　かのじょ　くうこう　　　　　　　　い　　　　　　　　　　い

　　a．ようだ　　　　　　b．ような　　　　　　c．よう　　　　　　　d．ように

❺ その　女優は　かなり　人気が　ある（　　　）です。
じょゆう　　　　　にんき

　　a．らしく　　　　　　b．らしいと　　　　　c．らしくて　　　　　d．らしい

Ⅲ　つぎの　❶〜❺の　＿＿＿に　合う　ものを　a〜fの　中から　えらんで、文を　つく
あ　　　　　　　　　　　　　　　なか　　　　　　　　　ぶん
りましょう。

Choose what matches the following ＿＿ marks ❶〜❺ from a〜f to create a sentence.
请从 a〜f 中选择适合下面❶〜❺的 ＿＿＿ 进行造句。
Chọn một cụm từ trong a 〜 f để điền vào chỗ ＿＿＿ trong câu ❶〜❺ và hoàn thành câu.

❶ ＿＿＿＿＿＿＿＿＿＿＿＿＿＿＿　おぼえにくいです。

❷ ＿＿＿＿＿＿＿＿＿＿＿＿＿＿＿　あるし、けしきが　いいです。

❸ ＿＿＿＿＿＿＿＿＿＿＿＿＿＿＿　教えて　もらいたいです。
おし

❹ ＿＿＿＿＿＿＿＿＿＿＿＿＿＿＿　あそびに　行きましょうよ。
い

❺ ＿＿＿＿＿＿＿＿＿＿＿＿＿＿＿　休みを　とった　ほうが　いいです。
やす

　　a．かんたんな　あいさつの　ことばを

　　b．日本人の　名前は　いろいろ　あって
にほんじん　なまえ

　　c．さくらさんの　家は　静かな　ところに
いえ　しず

　　d．田中さんは　はたらきすぎだから
たなか

　　e．あたたかく　なったら、どこかへ

　　f．スーパーは　開いて　いる　はずなので
あ

67

モデル文章の 訳
（ぶんしょう）（やく）

Model Sentence Translations
模式文章的翻译
Phần dịch của đoạn văn mẫu

Lesson ⑪

E I went to a house party today after being invited by Tanaka-san. It was in a fifth floor apartment, and the view was very nice. It seems that you can see Mount Fuji on clear days. Seven other people came, but I did not know any of them. Many different people were there, and it was fun. ❶ One woman said she will be going to my country on a vacation soon. ❷ She asked me, so I taught her a few greetings.

C 今天跟田中一起去了一个家庭宴会。那家在公寓5楼，风景很美。听说天好的时候可以看到富士山。我以外还来了7个人，不过都是不认识的人。和各种人在一起，很愉快。❶听说有一个女的近期要去我们国家旅行。. ❷她求我教她一些问候语。

V Hôm nay tôi được anh Tanaka mời đến buổi tiệc tổ chức tại nhà. Nhà anh ấy ở tầng 5 trong tòa chung cư, tầm nhìn rất đẹp. Nghe nói ngày đẹp trời có thể nhìn thấy núi Phú Sĩ. Ngoài tôi ra còn có 7 người nữa đến dự tiệc nhưng toàn là người tôi không biết. Có rất nhiều người nên rất vui. ❶ Một người phụ nữ nói rằng sẽ đến đất nước tôi trong thời gian sắp tới. ❷ Vì cô ấy nhờ nên tôi đã dạy cho cô ấy một chút những câu chào hỏi.

Lesson ⑫

E ❶ Akira-san is always bright and energetic, and he is a student who loves sports. He is too energetic and can sometimes be a little annoying. But it sounds like when he was a child, his body was small, he was docile, and he was quiet, too. ❷ It sounds like he was often said to be like a girl, not boyish, and other such things because of this. That is nothing like Akira-san as he is now, so hearing that story made me laugh.

C ❶AKIRA 是一个性格开朗，充满活力，喜欢运动的学生。由于精力过于旺盛，有时候觉得有点儿吵。不过听说他小时候身体很小，很老实，说话声音也很小。❷因此常常被说像个女孩儿，不像个男孩儿，跟现在的 AKIRA 完全不一样。听了后，我笑了。

V ❶ Anh Akira là sinh viên rất yêu thể thao lúc nào cũng khỏe khoắn sáng sủa. Cũng có khi vì anh quá khỏe nên đôi lúc hơi ồn ào. Thế nhưng nghe nói khi còn nhỏ người anh bé nhỏ, anh rất lành và giọng nói cũng nhỏ nữa. ❷Nghe nói rằng vì thế nên anh thường bị nói là cứ như con gái, không đúng chất con trai v.v…Vì điều ấy chẳng giống chút nào với anh Akira bây giờ nên khi nghe câu chuyện ấy tôi đã phì cười.

Lesson ⑬

E ❶ Sakura-san said that we should go somewhere on a trip. Right away, I also replied, "That's a good idea. Let's do it!" 1: But it will still be cold for a while, so we decided to go once it becomes warmer. I think we will go around the tenth of next month. First, we are going to decide where to go. I want to go to Kyoto. ❷ That is because I think we can enjoy a lot of Japanese culture there.

C SAKURA 说去什么地方旅行吧。我也马上回应道「好啊！去吧。」❶可是，因为暂时还有点儿冷，我们决定等再暖和一点儿再去。大概是下个月 10 号左右。我们先决定去哪里，我想去京都。 ❷因为我想更多了解日本文化。

V Sakura bảo đi đâu đó du lịch đi. Tôi đáp ngay: "Hay quá. Đi thôi!" ❶ Nhưng trời vẫn còn lạnh nên chúng tôi quyết định sẽ đi khi trời ấm hơn một chút. Có lẽ là khoảng ngày 10 tháng sau. Trước hết, chúng tôi sẽ quyết định xem đâu. Tôi muốn đi Kyoto. ❷ Vì tôi nghĩ có thể thưởng thức được nhiều văn hóa Nhật Bản.

Lesson ⑭

E …❶ That actress seems fairly popular, and all of my friends knew her name. When I said I did not know her, I was told that I should study more about Japan. So today, I borrowed a book about movies from the library. I'm having a rather difficult time remembering the names of actresses. ❷ But it did make me interested in Japanese films, and I thought that I should watch more.

C ❶那个女演员好像很有人气，朋友们都知道她的名字。我说我不知道，有人说你应该多了解一些日本的事情。于是，今天在图书馆借了一本跟电影有关的书，女演员的名字很难记住。 ❷不过，我对日本的电影很有兴趣，今后想多看一些。

V ……❶ Hình như nữ diễn viên đó khá được hâm mộ, tất cả bạn bè tôi đều biết tên. Khi tôi bảo là tôi không biết liền bị nói là nên học thêm về Nhật Bản. Vì thế, hôm nay, tôi mượn một cuốn sách có liên quan đến điện ảnh ở thư viện. Mãi tôi không nhớ được tên nữ diễn viên. ❷ Nhưng tôi thấy hứng thú với điện ảnh Nhật Bản và định sẽ xem nhiều hơn nữa.

Lesson ⑮

Ⓔ The apartment I now live in is about three minutes from the station. When my friends come, they normally say something like, "You live in this much of a convenient place?" But when I open the window, the sound of trains and cars is fairly loud. I too thought it was convenient at first. ❶ I even looked for a room thinking that a close place would be better than a far place... ❷ But now I don't care if it's close to a station, I just want to live in a quiet room.

Ⓒ 我住的公寓离车站有三分钟，朋友来都说「你住这么方便的地方？」。可是一开窗，电车及汽车的声音真的挺吵的。我最初也觉得方便挺好的。❶ 找房间时我想远点儿不如近点儿。❷ 可是，现在我觉得离车站不近也行，很想找个安静的地方住。

Ⓥ Căn hộ bây giờ tôi đang sống cách ga khoảng 3 phút. Bạn bè tôi đến thường bảo "cậu sống ở nơi tiện lợi như thế này à?" Nhưng khi mở cửa sổ, tiếng xe điện và ô tô khá ồn. Ban đầu tôi cũng nghĩ là tốt vì tiện.
❶ Tôi đã tìm căn hộ với ý nghĩ căn hộ gần ga sẽ tốt hơn căn hộ xa ga…❷ Nhưng bây giờ tôi lại muốn sống trong một căn phòng yên tĩnh, không cần gần ga.

Lesson ⑯

Ⓔ During summer break, I decided to work part-time twice a week at the restaurant Akira-san works at. It was difficult because I could not get the hang of it, but it was a good experience. ❶ I thought that if I have the opportunity, I would like to do it again. ❷ Then today, the store manager called me and said he wanted me to help. I wanted to help, but I thought it would be difficult to do so right now. I will start to have more reports and homework to do from here on. I should probably be getting busier. So unfortunately, I had to reply that I could not do it for a while.

Ⓒ 暑假在 AKIRA 打工的餐馆打了两个星期的工。虽然还不习惯，吃了不少苦，但是个很好的体验。❶ 有机会的话，我还想打工。❷ 马上今天就接到店长的电话，说让我去帮忙。我想去，可是现在很难，因为今后研究报告及作业会增多，一定会很忙。所以我对店长说很遗憾，暂时没时间打工。

Ⓥ Nghỉ hè, tôi làm thêm 2 tuần tại nhà hàng mà Akira đang làm. Vì không quen nên vất vả nhưng tôi có được kinh nghiệm tốt. ❶ Nếu có cơ hội, tôi lại muốn làm. ❷ Thế là hôm nay, có điện thoại từ quản lý nhà hàng gọi tới nói muốn tôi giúp. Tôi muốn làm nhưng hiện tại thì khó. Sắp tới có thêm nhiều báo cáo và bài tập. Chắc chắn sẽ rất bận. Tôi trả lời là tôi rất tiếc, nhưng trong thời gian tới tôi không thể đi làm được.

Lesson ⑰

Ⓔ Akira-san is a member of the university soccer team. He will have a match against K University this Sunday, so I decided to go and watch together with Sakura-san. When I asked, "Does it seem like Akira-san's team will be able to win?" then Sakura-san answered, " ❶ Hmm... It looks like K University is stronger right now. I doubt he will be able to win unless he tries hard." ❷ I said, "Then we'll need to support him strongly."

Ⓒ AKIRA 是大学足球队的队员，这个周日跟 K 大学比赛，所以决定跟 SAKURA 一起去看。我问「AKURA 的队看样子能赢吗？」SAKURA 回答说 ❶「嗯。。。现在 K 大学占上风，不加油的话，是赢不了的。」❷ 我说「那我们得努力声援啊！」。

Ⓥ Akira là cầu thủ đội bóng đá của trường đại học. Chủ nhật này đội bóng sẽ thi đấu với trường đại học K nên tôi quyết định cùng Sakura đi xem. Khi tôi hỏi "Trông đội của Akira có vẻ thắng được không?" thì Sakura đáp: "
❶ Hmm…Hình như hiện giờ đội của trường K mạnh hơn. Nếu không cố gắng thì không thắng được đâu."
❷ Tôi nói: "Vậy thì phải cổ vũ nhiệt tình rồi nhỉ."

Lesson ⑱

Ⓔ ❶ It appears that even around me, there are more people shopping using a credit card. Sakura-san says that "It is convenient because you do not have to walk around with money," but I barely use mine.
❷ When I shop using a card, it's frightening because I feel like I will end up using too much money. When I said this to Tanaka-san, Tanaka-san said, "Yes, because you can buy anything you want if you feel like buying it. You should just use one once you're good at shopping."

Ⓒ ❶ 我周围用信用卡买东西的人好像增多了。「不用带钱去，非常方便。」。虽然 SAKURA 这么说，可我几乎不用。❷ 用卡买东西怕花很多钱，我对田中这么一说，田中回答说「因为想买随时就可以买，等渐渐习惯了再用。」

Ⓥ ❶ Có vẻ như xung quanh quanh tôi số người dùng thẻ để mua sắm đang tăng. Sakura bảo "Tiện vì không cần cầm tiền theo" nhưng tôi hầu như lại không dùng thẻ. ❷ Mua sắm bằng thẻ sẽ dễ bị chi tiêu quá tay nên tôi sợ. Khi tôi nói với Tanaka như vậy thì Tanaka nói: "Nếu cậu muốn mua thì có thể mua bất cứ lúc nào. Khi nào cậu mua sắm giỏi hơn thì dùng cũng được."

Lesson 19

E I received a letter from my Mother at home. There was also a photo of my family with a guest. The guest was a woman who works at Tanaka-san's company. ❶ The other day, she let me know that she would be going to my country, so I told my younger brother and younger sister to welcome her at the airport. When they did, it sounds like she greeted them in my country's language and thanked them. ❷ The letter said that the greeting was quite good, and that both of them were surprised.

C ❶ 老家的母亲来信了，里面还有一张家人跟客人的照片，客人是在田中公司工作的一个女的。前些日子因为她告诉我要去我故乡，所以我让弟弟和妹妹去机场接她了，听说她用我家乡的语言问候道谢了。❷ 信上说她说得很好，所以他们俩都很吃惊。

V Có thư của mẹ từ trong nước đến. Trong thư có một bức ảnh chụp gia đình và một vị khách. Vị khách là người phụ nữ làm việc ở công ty của Tanaka. ❶ Vừa rồi, cô ấy thông báo sẽ đến nước tôi nên tôi đã bảo em trai và em gái ra sân bay đón. Thế là nghe nói cô ấy đã chào và cảm ơn bằng tiếng của nước tôi. ❷ Trong thư viết là cô ấy nói rất tốt nên cả hai người đều ngạc nhiên.

Lesson 20

E Lately, it has gotten quite cold. Winter must be coming soon. ❶ I don't hate the cold, but Sakura-san does not seem to like it. ❷ She gets quite bothered by the cold, saying "I don't like it when it's cold." She was trying to go home early again today, and when I asked her, "Are you going home early because it is cold?" she said, "No. I'm going to cook dinner instead of my mother today."

C 这几天冷了许多，冬天就要到了吧。❶ 我不怕冷，SAKURA 有点儿怕冷。❷ 她说「我怕冷。」，她看上去真的很冷。今天她也着急回家，我问她「因为冷你想早点回去吗？」她回答说「不是，因为今天要替母亲做饭。」

V Gần đây trời dần lạnh hơn. Chắc là mùa đông đang đến gần. ❶ Tôi không ghét trời lạnh nhưng hình như Sakura chịu lạnh kém. ❷ Cô ấy vừa nói "Tớ ghét lạnh" vừa co ro. Hôm nay cô ấy cũng vội về sớm nên tôi hỏi "Trời lạnh nên về sớm à?" thì cô ấy bảo: "Không, vì hôm nay tớ phải thay mẹ nấu bữa tối".

ふくしゅうの こたえ
Review Answers／复习答案／Đáp án bài ôn tập §2 (Lesson 11-20)

I ❶d ❷e ❸a ❹f ❺b ❻c

II ❶c ❷d ❸b ❹d ❺d

III ❶b ❷c ❸a ❹e ❺d

Lesson
21 ～ために　［目的］
もくてき

in order to ～［goal］
为了～［目的］
～ Để［mục đích］

　あきらさんは サッカーの 試合に負けたあと、少し 元気が あ
しあい　　ま　　　　　　　　　　　　　すこ　げんき
りませんでした。❶そこで、彼に元気になってもらう ために、み
かれ　げんき
んなで 食事の 会を しました。❷あきらさんは、来年 卒業なので、
しょくじ　かい　　　　　　　　　　　　　　　　らいねん そつぎょう
サッカーは もう やめる ことに なる そうです。だから、勝って、
か
もっと 試合が したかった そうです。でも、今日は とても 楽し
しあい　　　　　　　　　　　　　　きょう　　　　　　たの
そうでした。そして 最後に、「今日は こんな ぼくの ために 集まっ
さいご　　きょう　　　　　　　　　　　　　あつ
てくれて、ありがとう。ちゃんと 卒業できる ように、がんばり
そつぎょう
ます。」と 言いました。
い

Akira-san wa sakkā no shiai ni maketa ato, sukoshi genki ga arimasen deshita. ❶ Sokode, kare ni genki ni natte morau tameni, minna de shokuji no kai o shimashita. ❷ Akira-san wa, rainen sotsugyō nanode, sakkā wa mō yameru koto ni naru sō desu. Dakara, katte, motto shiai ga shitakatta sō desu. Demo, kyō wa totemo tanoshisō deshita. Soshite saigo ni, "Kyō wa konna boku no tameni atsumatte kurete, arigatō. Chan to sotsugyō dekiru yō ni, ganbarimasu" to īmashita.

Vocabulary

☐ 試合　*shiai*：match, game／赛，游戏／ trò chơi

☐ 負ける　*makeru*：lose／输／Thua

☐ 会　*kai*：gathering／会／Buổi họp mặt

☐ 卒業(する)　*sotsugyō (suru)*：graduate／毕业／Tốt nghiệp

☐ 最後　*atsumaru*：last／最后／Cuối cùng

☐ 集まる　*atsumaru*：gather／聚集／Tụ tập

～ために ［目的］ goal／目的／mục đích］　※ voluntary／意志的／mang tính ý chí
もくてき

E Placed after the dictionary form of a verb or a noun (together with a 「の」) to represent a goal.

C 接动词的原形或名词加（「の」を伴って）后，表示目的。

V Dùng với động từ dạng từ điển hoặc danh từ (thêm 「の」) để thể hiện mục đích.

> **EX1** 医者に なる ために、一生けんめい 勉強して います。
> いしゃ　　　　　　　　いっしょう　　　べんきょう
> (I am studying as hard I can in order to become a doctor.／为了能成为一名医生，我在努力学习。／ Tôi học hành chăm chỉ để trở thành bác sĩ.)

> **EX2** 母の ために、プレゼントを 買いました。(I bought a present for my mother's sake.／为母亲买了礼物。／Tôi mua quà cho mẹ.)
> はは　　　　　　　　　　　　か

～よう ［目的・結果］ goal / result／目的・结果／mục đích – kết quả］　※ involuntary／无意识的／ không mang tính ý chí
もくてき　けっか

E 「～よう」 is placed after the dictionary form off a verb to represent an action's intended goal or result. 「～よう＋V」 and 「～ように＋V」 mean nearly the same thing.

C 「～よう」 是附加在动词原形后，表示动作意图的目的及结果。「～よう＋V」 和「～ように＋V」 基本相同。

V Dùng 「～よう」 với động từ dạng từ điển để chỉ mục đích, kết quả của hành động. 「～よう＋V」 và 「～ように＋V」 có ý nghĩa tương tự như nhau.

EX1 よごれない **ように**、紙で つつんで ください。
（Please wrap it in paper so that it does not get dirty.／别弄脏了，请用纸包起来。／ Hãy gói lại bằng giấy để không bị bẩn. ）

EX2 合格する **よう**、毎日、勉強して います。
（I am studying every day in order to pass.／为了能考上，每天在努力学习。／ Tôi học hằng ngày để thi đỗ. ）

〜ことに なる　End up 〜／決定〜［必然的］／ 〜 Được quyết định là

E Represents that a certain situation or circumstance will inevitably result in something.
C 表示根据某种情况或状况而做出的决定。**V** Một việc được quyết định làm như vậy theo tình hình, điều kiện nào đó.

EX1 会場へは、バスで 行く **ことに なります**。
（You will end up going to the venue by bus.／决定坐公交车去会场。／ Được quyết định đi bằng xe buýt tới hội trường. ）

EX2 店の よやくは わたしが する **ことに なる** でしょう。
（I will probably end up making the store reservation.／我来预约饭店吧。／ iệc đặt nhà hàng chắc là sẽ được quyết định để tôi làm. ）

〜て くれる　〜 for me／（做〜而带来恩惠）／〜 Làm cho

E When a kind act is done for the speaker, this is represented by「〜て くれる」.
C 用「〜て くれる」表示热情为话者做某事的表现。
V Mẫu「〜て くれる」biểu hiện ý một hành động thân thiện nào đó được làm cho người nói.

EX1 彼女は、日本の 生活の ことを いろいろ 教え**て くれました**。
（She taught me many things about living in Japan.／她给我介绍了很多在日本生活的情况。／ Cô ấy đã chỉ cho tôi nhiều điều về cuộc sống Nhật Bản. ）

EX2 彼が、森先生の 授業が 休みに なると 知らせ**て くれました**。
（He let me know that Mori-sensei's class was not going to be taking place.／他通知我森老师的课停课。／ Anh ấy cho tôi biết được nghỉ giờ của thầy Mori. ）

🔍 Focus on the Structure

❶ 《そこで、》《彼に元気になってもらう **ために**》、
V て もらう — goal／目的／ mục đích

＼みんな**で**／ ［食事の 会］を しました。
means, method／手段、方法／ phương tiện, phương pháp

❷ あきらさんは、＼来年／ 卒業な**ので**、
N＋な＋ので — means "planned to graduate"／「毕业预定」的意思／ ý nghĩa của "dự kiến tốt nghiệp" — reason／理由／ Lí do

［《サッカー**は**＼もう／ やめる》 **ことに なる**］ そうです。
subject／主题／chủ đề — hearsay／传说／ nghe nói

Lesson

22 〜ばかり

Nothing but 〜
只〜
〜 chỉ toàn

❶少し 前に、さくらさんが「外食ばかり していると、体に よくないよ。」と 注意して くれてから、あまり 外食を しなく なりました。最近は、ほとんど 自分で 料理を 作って います。料理を 作るのは 好きですし、お金を たくさん 使わなくて 済みますし……。お弁当も 作る ようになりました。彼女に その ことを 言って、逆に、家で 料理を するのか、聞きました。❷すると、彼女は「うちでは いつも 母が ごはんを 作るから、わたしは 料理を しないの。」と 言いました。わたしも、国では そうでした。

❶ *Sukoshi mae ni, Sakura-san ga "Gaishoku bakari shiteiru to, karada ni yokunai yo." to chūi shite kurete kara, amari gaishoku o shinaku narimashita. Saikin wa, hotondo jibun de ryōri o tsukutte imasu. Ryōri o tsukuru no wa suki desu shi, o-kane o takusan tsukawanakute sumimasu shi…. O-bentō mo tsukuru yō ni narimashita. Kanojo ni sono koto o itte, gyaku ni, ie de ryōri o suru no ka, kikimashita.* ❷ *Suruto, kanojo wa "Uchi dewa itsumo haha ga gohan o tsukuru kara, watashi wa ryōri o shinai no." to īmashita. Watashi mo, kuni dewa sō deshita.*

Vocabulary

☐ 外食（する）　*gaishoku (suru)* ：eat out／在外边吃饭／ Ăn ngoài　　☐ 逆に　*gyakuni* ：conversely／相反／ ngược lại

☐ 注意（する）　*chūi (suru)* ：warn／注意／ Nhắc nhở

〜ばかり　Nothing but 〜／只〜／〜 Chỉ toàn

Ⓔ Represents doing only one thing and not doing others. 「コーヒーばかり 飲んでいる」 means to not drink other things.

Ⓒ 表示不做别的，只做某件事的意思。「コーヒーばかり 飲んでいる」是不喝别的的意思。

Ⓥ Thể hiện ý chỉ làm một việc mà không làm việc khác. 「コーヒーばかり 飲んでいる」 có nghĩa là không uống cái gì khác.

> **EX1** あまい ものばかり 食べていると、体が よわくなります。
> (If you eat nothing but sweets, your body will get weak.／光吃甜的会吃坏身体的。 ／ Chỉ toàn ăn đồ ngọt thì cơ thể sẽ yếu đi.)

> **EX2** 弟は ゲームばかり して、全然 勉強しません。
> (My little brother does nothing but play games, and he doesn't study at all.／弟弟光玩游戏，一点儿也不学习。／ Em trai tôi chỉ toàn chơi game, không học hành gì cả.)

〜ように なる　Become〜／〜 bắt đầu／〜 Chỉ toàn　⇔〜なくなる

Ⓔ Represents that a change has taken place to create a new situation that did not occur before. Placed after the potential or dictionary form or a verb.

Ⓒ 表示发生了至今没有的新变化。接动词可能形及原形后。

Ⓥ Thể hiện ý nghĩa có sự thay đổi, xảy ra tình hình mới mà trước đây chưa có. Kết hợp với động từ dạng khả năng và động từ dạng từ điển.

EX1 漢字が 少し 読める ように なりました。
（ I have become able to read a little bit of kanji.／能读一些汉子了。／ Tôi bắt đầu có thể đọc được một chút chữ Hán. ）

EX2 インターネットで よやくできる ように なった。
（ It has become possible to make a reservation on the Internet.／能在网上预定了。／ Có thể bắt đầu đặt chỗ qua internet. ）

EX3 最近、父と よく 話す ように なりました。
（ Recently, I have come to speak often with my Father.／最近经常跟父亲说话了。／ Gần đây, tôi bắt đầu nói chuyện nhiều hơn với bố. ）

〜の［終助詞］ sentence ending particle／终助词／ trợ từ cuối câu

Ⓔ A shortened expression for「〜のです」that is used among close friends. If inflected downward at the end of a sentence, it is a conclusion (mainly used by women), and if inflected upward at the end of a sentence, it becomes a question.

Ⓒ 是「〜のです」的缩短表现，用在关系密切的人之间。句尾语调下降为判断，语调抬高为疑问。（多为女性使用）。

Ⓥ Là dạng rút ngắn của「〜のです」, dùng giữa những người thân thiết. Nếu xuống giọng thì có nghĩa là khẳng định (chủ ngữ là nữ), còn lên giọng thì sẽ là câu hỏi.

EX1 お母さん、今日、学校で おもしろい ことが あった の。
（ Mom, there was something interesting that happened at school today.／妈妈！今天在学校发生了一件有趣的事。／ Mẹ ơi, hôm nay ở trường có chuyện vui lắm. ）

EX2 さくらさん、今日は 何時ごろに 家に 帰るの？
（ Sakura-san, about when are you going home today?／ SAKURA今天你几点回的家？／ Sakura, hôm nay mấy giờ cậu về nhà? ）

🔍 Focus on the Structure

❶ ＼少し 前に／、さくらさんが「外食ばかり していると、
condition／条件／ điều kiện
Ｖ ている

〈体に よくない〉よ。」と注意して くれてから、
target; object／対象／ đối tượng
Ｖて くれる＋から
origin／起点／ khởi điểm

＼あまり／ 外食を しなく なりました。
Ｖなく なる

❷ 《すると、》彼女は
indicate a location／表示场所／ biểu thị địa điểm

「＼うちでは／ ＼いつも／ 母が ごはんを 作るから、》
reason／理由／ Lí do

わたしは 料理を しないの。」と 言いました。
＝の です

Lesson
23 〜ため［原因・理由］
げんいん　りゆう

Because; as (cause / reason)
因为〜［原因・理由］
〜Vì (nguyên nhân, lý do)

❶家庭から 出る ゴミが ふえて いるため、いろいろ 問題が
かてい　　で　　　　　　　　　　　　　　　　　　　　　もんだい
起きて いる。10年前の 2倍にも なって いるので、まず、ゴミ
お　　　　　　ねんまえ　　ばい
を すてる ところが 足りなくなっている。❷そこで、市は、ゴミ
た　　　　　　　　　　　　　　　し
を 少なく する ことが 必要と 考えて、市民に できるだけ ゴミ
すく　　　　　　　　ひつよう　かんが　しみん
を 少なく する よう、おねがいする ことに した。その ために、
すく
子どもでも わかる ような ポスターを 作って、くばる よていだ。
こ　　　　　　　　　　　　　　　　　つく
わたしも 一人の 市民なので、できる ことを しっかり やろうと
ひとり　しみん
思う。
おも

❶ *Katē kara deru gomi ga fueteiru tame, iroiro mondai ga okite iru. Jū-nen mae no ni-bai nimo natte iru node, mazu, gomi o suteru tokoro ga tarinaku natte iru.* ❷ *Sokode, shi wa, gomi o sukunaku suru koto ga hitsuyō to kangaete, shimin ni dekirudake gomi o sukunaku suru yō, onegai suru koto ni shita. Sonotame ni, kodomo demo wakaru yō na posutā o tsukutte, kubaru yotē da. Watashi mo hitori no shimin na node, dekiru koto o shikkari yarō to omou.*

Vocabulary

☐ 家庭　*katē*：household／家庭／ Gia đình	☐ 足りる　*tariru*：be sufficient／够／ Đủ
☐ ゴミ　*gomi*：trash／垃圾／ Rác	☐ 市　*shi*：city／市／ Thành phố
☐ ふえる　*fueru*：increase／増加／ Tăng	☐ 考える　*kangaeru*：think／考虑／ Suy nghĩ
☐ 問題　*mondai*：problem／问题／ Vấn đề	☐ 市民　*shimin*：citizen／市民／ Người dân
☐ 起きる　*okiru*：occur／发生／ Xảy ra	☐ おねがいする　*onegaisuru*：request; ask／拜托／ Yêu cầu
☐ 〜倍　〜*bai*：〜 times／〜倍／〜lần	☐ ポスター　*posutā*：poster／广告／ Áp phích
☐ 捨てる　*suteru*：throw away／扔／ Vứt	☐ くばる　*kubaru*：distribute／发／ Phát

🗝 **〜ため**　Because; as／因为〜／〜Vì

E An expression that indicates a cause or reason. It follows the plain form of a verb, 「N ＋の」, and other constructions.

C 表示原因及理由，接动词一般形及「N ＋の」等。

V Mẫu câu chỉ nguyên nhân, lý do. Dùng với dạng thường của động từ và 「N ＋の」.

EX1 かぜを 引いた**ため**、昨日は 休みました。
ひ　　　　　きのう　やす
（Because I caught a cold, I took yesterday off.／因为感冒了，昨天休息了。／ Vì bị cảm nên hôm qua tôi nghỉ. ）

EX2 大雪の **ため**、電車が 止まって います。
おおゆき　　　　でんしゃ　と
Because of the heavy snow, the trains are stopped.／因为大雪，电车不通了。／ Vì tuyết rơi nhiều nên tàu điện ngừng chạy.)

🗝 〜も［程度 degree／程度／mức độ］
（ていど）

🇪 Represents that something is greater in degree than was expected.

🇨 表示超过预想的程度。

🇻 Mức độ vượt quá dự tính.

EX1 おいしくて、3個も 食べました。（It was so tasty I ate three.／因为很好吃，一下子吃了三个。／ Ngon nên tôi ăn những 3 cái.）

EX2 ねぼうして、20分も おくれて しまった。
（I overslept and was twenty whole minutes late.／因为睡懒觉，晚了 20分。／ Ngủ quên nên tôi bị muộn những 20 phút.）

🗝 〜でも　Even 〜／甚至／〜 Ngay cả

🇪 An expression used when using something low in degree to give an example.

🇨 举例表示程度低。

🇻 Mẫu câu dùng khi nêu ví dụ thứ có mức độ thấp.

EX1 これは、子どもでも 知って います。（Even children know this.／这个小孩都知道。／ Cái này thì ngay cả trẻ con cũng biết.）

EX2 コーヒーでも 飲みませんか。（Would you like to have a coffee?／不喝点儿咖啡吗？／ Anh có dùng tạm cà phê không?）

🔍 Focus on the Structure

reason／理由／Lí do

❶ 〔〈家庭から 出る ゴミ〉が ふえて いるため、〕
（V ている）

\いろいろ/ 問題が 起きて いる。
（V ている）

noun modifier／名词修饰／ bổ nghĩa cho danh từ

❷ 《そこで、》市は、〈ゴミを 少なく する ことが 必要〉と 考えて、
（A く する）

goal, result／目的、结果／ mục, kết quả đích

市民に 〈\できるだけ/ ゴミを 少なく する〉 よう、

おねがいする ことに した。

Lesson 24 ～まま

Still ～
就那么～
～ Nguyên

❶ゆうべは ひどく つかれていて、服を 着たまま 寝て しまいました。そのあと、何時ごろか、わかりませんが、寒くなって 目が さめました。急いで パジャマを 着て、もう 一回、ちゃんと 寝ました。やはり、朝、起きたときは、つかれが かなり 残っていると 思いました。それに、かぜを ひいた かもしれません。いくら つかれて いても、こんな 寝方を しては だめです。❷でも、熱い シャワーを あびたら、気持ち よくて、体も 少し 軽く なったように 思いました。

❶ *Yūbe wa hidoku tsukareteite, fuku o kita mama nete shimaimashita. Sonoato, nanji goro ka, wakarimasen ga, samuku natte me ga samemashita. Isoide pajama o kite, mō ikkai, chanto nemashita. Yahari, asa, okita toki wa, tsukare ga kanari nokotte iru to omoimashita. Soreni, kaze o hīta kamoshiremasen. Ikura tsukarete itemo, konna nekata o shiteha dame desu. ❷Demo, atsui shawā o abitara, kimochi yokute, karada mo sukoshi karuku natta yō ni omoimashita.*

Vocabulary

- □ ひどく：awfully／厉害／Trầm trọng
- □ 着る：wear／穿／Mặc
- □ 目がさめる：wake up／醒／Tỉnh dậy
- □ パジャマ：pajamas／睡衣／Đồ ngủ
- □ 熱い：hot／热／Nóng
- □ シャワー：shower／淋浴／Vòi sen
- □ あびる：bathe／沐浴／Tắm

～まま　Still ～／就那么～／～ Nguyên

E Used in forms such as「N＋の＋まま」and "Ta-form of a verb ＋まま" to mean「同じ 状態で」.

C 表示「同样状态」的意思。用「N＋の＋まま」或「动词た形＋まま」等形式表现。

V Có nghĩa là「同じ 状態で」, dùng với dạng「N＋の＋まま」và「động từ dạng TA ＋まま」

EX1 どうぞ、くつのまま、上がって ください。
(Go ahead, please come in still wearing your shoes.／请穿着鞋上来吧。／Xin mời để nguyên giày bước lên.)

EX2 彼女たちは、立ったまま、1時間くらい 話している。
(The women are still standing as they talk for about an hour.／她们就那么站着说了一个多小时。／Các cô ấy đứng nguyên và nói chuyện gần một tiếng.)

～かもしれない　Might ～／也许～／～ Có lẽ là

E An expression used to suggest a possibility.

C 示唆有其可能性的表现。

V Mẫu câu ám chỉ có khả năng trở thành như thế.

EX1 ▶ 夕方、雨が 降る **かもしれません**。 (It might rain this evening.／傍晚也许下雨。／ Chiều tối, có lẽ trời sẽ mưa.)

EX2 ▶ 彼が 言って いる ことは 正しい **かもしれない**。
(What he's saying might be right.／他说的也许正确。／ Có lẽ điều anh ấy nói là đúng.)

疑問詞＋〜ても Interrogative＋〜ても／疑问词＋〜ても／ Từ nghi vấn ＋〜ても

E Represents that a conclusion will not change even if the circumstances change.

C 表示即使情况发生了变化也不会改变。　**V** Dù tình hình có thay đổi thì kết luận không thay đổi.

EX1 ▶ **どんなに** 時間が かかっ**ても**、見つける つもりです。
(No matter how long it will take, I intend on finding it.／不管花多长时间也要找到。／ Dù mất bao nhiêu thời gian thì cũng muốn tìm được.)

EX2 ▶ **何が** 起き**ても**、もう おどろきません。
(No matter what happens, I will not be surprised now.／不管发生什么也不震惊。／ Dù có gì xảy ra cũng không ngạc nhiên.)

〜たら [確定条件 definite condition／确定条件／ điều kiện giả định、 仮定条件 hypothetical situation／假设条件／ điều kiện giả định]

E A broadly used expression used to represent a hypothetical situation. This takes forms such as「V たら」「A かったら」「NA だったら」, and「N だったら」.

C 是表示假设条件的表现，广泛运用。有「V たら」「A かったら」「NA だったら」「N だったら」几种形式。

V Là mẫu câu điều kiện giả định, được sử dụng nhiều. Dùng với các dạng「V たら」「A かったら」「NA だったら」「N だったら」.

EX1 ▶ お店に 行っ**たら**、まだ 開いて いなかった。
(When I went to the store, it was not open yet.／到了商店，可是还没开门。／ Tôi đến cửa hàng thì cửa hàng chưa mở.)

EX2 ▶ おいしかっ**たら**、もう 一つ 注文しよう。
(If it tastes good, I'll order another.／如果好吃的话就再要一个吧。／ Nếu ngon thì gọi thêm một phần nữa.)

EX3 ▶ ひまだっ**たら**、てつだって。 (Help me if you're not doing anything else.／如果有空儿就帮一下忙。／ Nếu rảnh thì hãy giúp tôi.)

EX4 ▶ 彼だっ**たら**、怒ると 思う。 (If it was him, I think he'd get mad.／如果是他的话会生气的。／ Nếu là anh ấy thì tôi nghĩ anh ấy sẽ giận.)

🔍 **Focus on the Structure**

cause or reason／原因或理由／ nguyên nhân và lý do

❶ 〈＼ゆうべは／＼ひどく／ つかれていて、〉

V ている

服を 着たまま 寝て しまいました。
V て しまう

❷ 《でも、》〔〔[熱い シャワー]を あびたら、〉 気持ち よくて、〕
A くて

体も 〈＼少し／ 軽く なった〉 ように 思いました。
V く なる
appears in a way that is thought to seem like〜
／被认为是〜的样子／ trạng thái được nghĩ là

Lesson 25 〜て おく
Make sure to 〜
事先V好［保持一定的状態］
〜 Sẵn

❶ラナさんに 借りて いた 本を 返そうと 思って、かばんに 入れて おいた のですが、わたすのを わすれて しまいました。❷でも、やっぱり 今日 返そうと 思って 電話して みたら、これから アルバイトに 行って、帰りは おそくなる という こと でした。どうしようかと 思いましたが、ラナさんが 来週 会った ときで いいと 言って くれた ので、そう する ことに しました。

❶*Rana-san ni karite ita hon o kaesō to omotte, kaban ni irete oita nodesu ga, watasu no o wasurete shimaimashita.* ❷ *Demo, yappari kyō kaesō to omotte denwa shite mitara, korekara arubaito ni itte, kaeri wa osokunaru toiu koto deshita. Dō shiyō ka to omoimashita ga, Rana-san ga raishū atta toki de ī to itte kureta node, sō suru koto ni shimashita.*

Vocabulary

☐ わたす　*watasu*：hand over／交给／Đưa cho　　　☐ わすれる　*wasureru*：forget／忘／Quên

🔑 〜て おく　Make sure to 〜／事先 V好［保持一定的状態］／〜 sẵn

Ⓔ When performing an action in advance for the purpose of a certain goal, this is represented by「〜て おく」।
Ⓒ 用「〜て おく」表示为了某个目的，事先做好某事。　Ⓥ「〜て おく」thể hiện việc hành động trước vì mục đích nào đó.

EX1 明日、パーティーに 行くので、服を 出して おいた。
(I am going to a party tomorrow, so I made sure to put out some clothes.／明天要参加个派对，所以先把衣服拿出来了。／ Ngày mai đi dự tiệc nên tôi lấy sẵn quần áo.)

EX2 お客さんが 来るので、部屋の そうじを して おかなければ ならない。
(Guests are coming, so I need to make sure to clean up my room.／因为有客人要来，先得把房间打扫干净。／ Vì khách sẽ đến nên dọn dẹp phòng sẵn.)

🔑 〜て みる　Try to 〜／试着〜［试行］／〜 thử

Ⓔ This phrase represents an action being tried in order to find out what something is. It can also represent trying something unknown and difficult in order to see what happens.
Ⓒ 表示想知道是什么而试着去做，以及尽管有困难，不管结果怎样，也去挑战。
Ⓥ Diễn tả động tác thử nghiệm để xem đó là gì. Ngoài ra, cũng thể hiện việc thử thách với khó khăn, chưa biết kết quả ra sao.

EX1 新しい ざっしを 買ったので、すぐ 読んで みました。
(I bought a new magazine, so I tried reading it at once.／因为买了本新杂志，所以马上读了起来。／ Mua tờ tạp chí mới nên thử đọc ngay.)

EX2 国から 送ってきた おかしです。ちょっと 食べて みて ください。
(These are snacks sent from my country. Please try eating a bit.／这是从老家寄来的点心，很好吃。你尝尝看。／ Đây là bánh kẹo từ trong nước gửi sang. Mời anh ăn thử một ít.)

EX3 ごうかくするのは むずかしいと 思いますが、A大学を 受けて みます。

（I think it will be difficult to get in, but I will try applying to A University.／虽然考上很难，但我也想考 A大学。／ Dù nghĩ là khó đỗ nhưng tôi vẫn thi thử trường đại học A. ）

〜と いう　Said to be 〜／这一〜［话的内容］／〜 nghe nói

E An expression used to communicate the content of a discussion.

C 表示传达说话的内容。

V Mẫu câu truyền đạt lại nội dung câu chuyện.

EX1 今度の 試験は、かなり むずかしいと いう ことだ。

（They say this upcoming test is quite hard.／据说这次考试相当难。／ Nghe nói kỳ thi lần này khá là khó. ）

EX2 先生が こくさいかいぎに 出るので、こうぎは 休みになると いう 話だ。

（Sensei will be appearing in an international conference, which means class will be off.／老师因为出席一个国际会议，说是停课。／ Nghe nói thầy đi dự hội nghị nên buổi học được nghỉ. ）

EX3 パンダの 赤ちゃんが 生まれたと いう ニュースを 見ました。

（I saw the news that said a panda baby was born.／看新闻上说熊猫的宝宝出生了。／ Tôi xem bản tin nói về gấu trúc con chào đời. ）

🔍 Focus on the Structure

❶ 〔〈ラナさんに 借りて いた 本〉を 返そうと 思って、

noun modifier／名词修饰／ bổ nghĩa cho danh từ

V意向と 思う

かばんに 入れて おいた のですが、〕

Vて おく

contradictory conjunction／逆接／ liên kết nghịch

［わたすの］を わすれて しまいました。

の＝こと

Vて しまう

❷ 《でも、》〔〈 やっぱり／ 今日 返そうと 思って〉

〜と 思う

（彼女は）

abbreviation／省略／ lược bỏ

〈電話して みたら〉、〕 〔 これから アルバイトに 行って、〉

condition／条件／ điều kiện

〈帰りは おそくなる〉〕 という こと でした。

what is being talked about
／话的内容／ nội dung câu chuyện

Grammar Target
◆ 〜に ついて
◆ 〜た ことが ある

Lesson 26 〜た ことが ある

Have 〜 before
有过〜
〜 đã từng

今日は 忙しい 一日でした。大学の こうぎに ３つ 出た あと、田中さんに 会いに 行きました。❶日本の 会社について レポートを する ために、いろいろ 話を 聞きたかったのです。たとえば、日本の やり方の いい ところと よくない ところ、などです。❷田中さんは 外国に ６、７年 住んだ ことが あるので、そんな ことを ときどき 考えると 言って いました。夕方、また 大学に 行って 図書館で 少し 勉強して、そのあと、友だちと 映画を 見に 行きました。

Kyō wa isogashī ichinichi deshita. Daigaku no kōgi ni mittsu deta ato, Tanaka-san ni ai ni ikimashita. ❶ *Nihon no kaisha nitsuite repōto o suru tame ni, iroiro hanashi o kikitakatta no desu. Tatoeba, Nihon no yarikata no ī tokoro to yokunai tokoro, nado desu.* ❷ *Tanaka-san wa gaikoku ni roku, shichi-nenkan sunda koto ga aru node, sonna koto o tokidoki kangaeru to itte imashita. Yūgata, mata daigaku ni itte toshokan de sukoshi benkyō shite, sonoato, tomodachi to ēga o mi ni ikimashita.*

Vocabulary

☐ 一日　*ichi-nichi*：day／一天／Một ngày

☐ こうぎ　*kōgi*：lecture／讲座／Bài giảng

☐ 〜など　〜 *nado*：and so on／〜等／〜 vân vân…

☐ 外国　*gaikoku*：foreign country／外国／Nước ngoài

☐ 考える　*kangaeru*：think／考虑／Nghĩ

〜に ついて

About 〜／关于〜［话题・题目］／〜về

Ⓔ 「〜に ついて」 is an expression that indicates a topic or theme.

Ⓒ 「〜に ついて」是表示话题及题目。

Ⓥ 「〜に ついて」là mẫu câu chỉ để tài hoặc chủ để câu chuyện.

EX1 先生は、日本文学の れきしに ついて 話を した。
(Sensei spoke about the history of Japanese literature.／老师讲了有关日本文学的历史。／ Thầy giáo nói chuyện về lịch sử văn học Nhật Bản.)

EX2 彼女に ついて 知っている のは、それだけです。
(That is all I know about her.／关于她的事知道的就这些了。／ Những gì tôi biết về cô ấy chỉ có vậy thôi.)

🔑 ～た ことが ある Have ～ before／有过～／～ đã từng

E「～た ことが ある」represents that you have experience in something.

C「～た ことが ある」表示经验过的事。

V「～た ことが ある」là mẫu câu nói về việc đã có kinh nghiệm.

EX1 この 歌は 聞いた ことが あります。
うた　　き
(I have heard this song before.／这首歌儿听过。／ Tôi từng nghe bài hát này.)

EX2 富士山に 登った ことが ありますか。
ふ じ さん　　のぼ
(Have you climbed Mount Fuji before?／你登过富士山吗？／ Anh đã bao giờ leo núi Phú Sĩ chưa?)

🔍 Focus on the Structure

❶ [〈[日本の 会社] について〉〈レポートを する〉ために、]
に ほん　　かいしゃ
topic, theme／话题・题目
／chủ đề, đề tài
goal／目的
／mục đích

＼いろいろ／ 話を 聞きたかった の です。
はなし　　き

❷ [田中さんは 〈外国に ＼6、7年／住んだ こと〉 が あるので、]
た なか　　　　　　がいこく　　　　ねん　す
reason／理由／Lí do
V た ことが ある

[そんな こと]を ＼ときどき／ 考える〉と 言って いました。
かんが　　　　　　　　い

Lesson 27 ～やすい

Easy to ～
容易～
～ dễ

　むかしに くらべ、今は、いろいろな かばんが あります。軽くて たくさん 入るものなどは、やはり べんりでしょう。❶でも、かばんが 大きいと、そばに いる 人の じゃまに なり やすいです。また、かばんが 人に ぶつかって、たおれ そうに なる ことが あります。気を つけて ほしいです。

　最近は リュックサックが 人気で、子どもから 大人まで、広く 使われて います。先生も 子どもに 持たせて いる そうです。❷手が じゆうに 動かせますし、手で かばんを 持つ より 楽です。わたしも、休みの 日に どこかへ 出かける ときなどに、よく 使って います。

Mukashi ni kurabe, ima wa, iroirona kaban ga arimasu. Karukute takusan hairu mono nado wa, yahari benri deshō. ❶ Demo, kaban ga ōkī to, soba ni iru hito no jama ni nari yasui desu. Mata, kaban ga hito ni butsukatte, taore sō ni naru koto ga arimasu. Ki o tsukete hoshī desu.

Saikin wa ryukkusakku ga ninki de, kodomo kara otona made, hiroku tsukawarete imasu. Sensē mo kodomo ni motasete iru sō desu. ❷ Te ga jiyū ni ugokasemasu shi, te de kaban o motsu yori raku desu. Watashi mo, yasumi no hi ni dokoka e dekakeru toki nado ni, yoku tsukatte imasu.

Vocabulary

- □ じゃま（な）　*jama*：in the way／打撹／ vướng, làm phiền
- □ ぶつかります　*butsukarimasu*：run into／撞／ đâm vào
- □ たおれます　*taoremasu*：fall over／倒／ đổ, ngã
- □ 気を つけます　*ki o tsukemasu*：be careful／注意／ cẩn thận, chú ý
- □ リュックサック　*ryukkusakku*：backpack／双肩包／ ba lô
- □ じゆうに　*jiyū ni*：freely／自由的／ tự do

🔑 ～やすい　Easy to ～／容易～／～ dễ

E Represents that something has a tendency or high likelihood to become a certain way.

C 具有「有其傾向及其可能性很高」的意思。

V Diễn tả ý nghĩa "có xu hướng trở nên như vậy, khả năng cao là như vậy".

EX1 つかれている ときは、かぜを ひきやすく なります。

（When you're tired, it's easy to catch a cold.／累的时候很容易感冒。／ Những lúc mệt rất dễ bị cảm. ）

EX2 山の 天気は 変わりやすいから、気を つけた ほうが いいです。

（The weather in the mountains easily changes, so you should be careful.／山上的天气易变，还是注意点儿为好。／ Thời tiết trên núi dễ thay đổi, vì vậy nên chú ý.）

♂ （さ）せる [使役 casuative／使役／sai khiến]

E 「～（さ）せる」represents causing someone to do something, forcing or causing a certain situation or result to come about.

C 「～（さ）せる」表示给对方施加某种作用，强加或诱发，使之达到某种状态及结果。

V 「～（さ）せる」là mẫu câu diễn tả việc tác động tới đối phương để ép buộc hoặc dẫn đến tình trạng hay kết quả nào đó.

Ⅰグループ Group I／Ｉ组／Nhóm I	-u → -aseru	**EX** 読む→読ませる、行く→行かせる
Ⅱグループ Group II／Ⅱ组／Nhóm II	-ru → -saseru	**EX** 食べる→食べさせる、寝る→寝させる
Ⅲグループ Group III／Ⅲ组／Nhóm III		**EX** する→させる、来る→来させる 「き」×→「こ」

EX1 社長は、その 仕事を 田中さんに やらせた。〈強制・指示〉
(The president made Tanaka-san do the job. (compulsion / instruction)／社长让田中做那个工作了。〈强制・指示〉／ Giám đốc bắt anh Tanaka làm công việc đó. (cưỡng chế, chỉ thị))

EX2 ねぼうして、友だちを 30分も 待たせて しまった。〈誘発〉
(I overslept and made my friends wait for thirty minutes (causation)／因为睡懒觉，让朋友等了 30分钟。〈诱发〉／ Tôi ngủ dậy muộn nên khiến bạn phải đợi tận 30 phút. (dẫn đến))

🔍 Focus on the Structure

condition／条件／điều kiện

❶《でも、》〈かばんが 大きいと、〉

NのN

〈[そばに いる 人]の じゃま〉に なりやすいです。

noun modifier／名词修饰／bổ nghĩa cho danh từ

Vやすい

（リュックサックは）

abbreviation／省略／lược bỏ

❷ ↓ 手が ＼自由に／ 動かせます し、

「動かす」の可能形

means; tool／手段・工具／phương pháp, phương tiện

〈[手で かばんを 持つ〉より 楽です。

comparison／比较／so sánh

Lesson 28 ～た ばかり

Just ～
刚 V ～
～ Vừa mới

❶朝、電話が なりましたが、起きた ばかりで、すぐに 出られ
ませんでした。頭が まだ ぼんやりして いたんです。電話に 出
ようとしたら、切れて しまいました。田中さんからでした。で
も、電話すると、すぐに 出て くれました。そして、こう 言いま
した――「いい 知らせが あった んです。あきらさんが うちの
会社に 入る ことが 決まった んです。」。 おどろいて、「えーっ！」
と 大きな 声を 出して しまいました。すっかり 目も さめました。
あきらさんが 田中さんの 会社を 受けて いたことは ぜんぜん 知
らなかったからです。❷でも、いい 会社だと 思いますし、あきら
さんが えらんで 入りたいと 思った のですから、うれしいです。

❶ *Asa, denwa ga narimashita ga, okita bakaride, sugu ni deraremasendeshita. Atama ga mada bon'yarishite ita n desu. Denwa ni deyō to shitara, kirete shimaimashita. Tanaka-san karadeshita. Demo, denwa suru to, sugu ni dete kuremashita. Soshite, kō īmashita – "Ī shirase ga atta n desu. Akira-san ga uchi no kaisha ni hairu koto ga kimatta n desu." Odoroite, "Ē!" to ōkina koe o dashite shimaimashita. Sukkari me mo samemashita. Akira-san ga Tanaka-san no kaisha o uketeita koto wa zenzen shiranakatta kara desu.* ❷ *Demo, ī kaisha da to omoimasu shi, Akira-san ga erande hairitai to omotta no desu kara, ureshī desu.*

Vocabulary

□ ぼんやり（する）　*bonyari(suru)*：(feel) absentminded／朦胧／ Mơ màng

□ 切れる［電話］　*kireru*：hang up ／挂断／ Ngắt(điện thoại)

□ 知らせ　*shirase*：notification／通知／ Tin

□ うれしい　*ureshī*：happy／高兴／ Vui

～た ばかり
Just ～／刚 V ～／～ Vừa mới

Ⓔ Represents that no time has passed since something.「起きた ばかり」is to say that one's brain is not yet fully working.

Ⓒ 表示刚发生的事情。「起きた ばかり」是说大脑还没完全启动。

Ⓥ Biểu hiện rằng thời gian trôi qua chưa lâu sau đó.「起きた ばかり」có ý muốn nói là đầu óc vẫn chưa hoạt động bình thường.

EX1　その 時は 日本に 来た ばかりで、何も わかりませんでした。
(I had just come to Japan at the time, and I didn't know anything.／那时刚来日本，什么也不懂。／ Hồi ấy tôi vừa đến Nhật nên chẳng hiểu gì cả.)

EX2 さっき 食べた ばかりだから、おなかは すいて いません。

（I just ate, so I am not hungry.／刚吃过，肚子还不饿。／ Tôi vừa ăn ban nãy nên không đói.）

こう

Like this／这样［这么］／ Thế này

E An adverb that means "this way." It is a member of the「こそあど」group, so the similar words「そう、ああ、どう」also exist.

C 是表示「このように」这样意思的副词。是「こそあど」系列之一。同样的还有「そう、ああ、どう」。

V Là trạng từ có nghĩa là "như thế này". Thuộc nhóm từ「こそあど」, có những cách nói tương tự là「そう、ああ、どう」.

EX1 こう すれば、いいですか。（Should I do it like this?／这样做可以吗？／ Làm như thế này được không?）

EX2 こう 書いて ください。（Please write it like this.／请这样写。／ Hãy viết như thế này.）

Focus on the Structure

❶ 〈 朝、／ 電話が なりましたが、〉 起きた ばかりで、／

Concession／让步／ tô giới
（わたしは）abbreviation／省略／ lược bỏ
cause or reason／原因或理由／ nghuyên nhân và lý do

すぐに／ 出られませんでした。

❷ 《でも、》〈［いい 会社］だと 思いますし、〉

~し

あきらさんが えらんで 入りたいと 思った のですから、

（そこを）abbreviation／省略／ lược bỏ
（そこに）abbreviation／省略／ lược bỏ
V たい
の です
reason／理由／ Lí do

（わたしは）abbreviation／省略／ lược bỏ
explanation of circumstances／事情说明／ giải thích tình hình

うれしいです。

Lesson

29 なかなか 〜ない
Not 〜 ing much
很难〜［不容易］
Mãi 〜 mà không

❶先週から パソコンの ちょうしが 悪く、なかなか レポートが 進まなくなって しまいました。❷それで、お店に 持って 行ったら、直すのに ２週間くらい かかると 言われました。でも、その間、代わりの パソコンを 貸して くれる という ことでした。パソコンが ないと いろいろ こまるので、借りる ことに しました。最初は 使いにくいと 思いましたが、すぐに なれました。自分の パソコンより いいので、このままでも かまわないと 思って います。

❶ *Senshū kara pasokon no chōshi ga waruku, nakanaka repōto ga susumanaku natte shimaimashita.* ❷ *Sorede, o-mise ni motte ittara, naosu noni ni-shūkan kurai kakaru to iwaremashita. Demo, sono aida, kawari no pasokon o kashite kureru toiu koto deshita. Pasokon ga nai to iroiro komaru node, kariru koto ni shimashita. Saisho wa tsukainikui to omoimashita ga, sugu ni naremashita. Jibun no pasokon yori ī node, konomama demo kamawanai to omotte imasu.*

Vocabulary

- □ 先週　*Senshū*：last week／上周／Tuần trước
- □ パソコン　*pasokon*：computer／电脑／Máy tính
- □ ちょうし　*chōshi*：condition／状态／Tình trạng
- □ 進む　*susumu*：advance／进展／Tiến triển
- □ 直す　*naosu*：fix／修理／Sửa
- □ かかる［時間］　*kakaru*：take [time]／需要／Mất (thời gian)

🔑 なかなか 〜ない　Not ~ing much／很难〜［不容易］／Mãi ~ mà không

E Represents a state of affairs where things are not progressing the way the speaker wants.

C 表示不像话者希望的那样事情进展的很顺利。　**V** Tình hình không tiến triển như người nói kỳ vọng.

EX1 毎日、練習を しているけど、なかなか 上手に なりません。
（I am practicing every day, but I am not getting much better.／每天在联系，可是一点儿进步也没有。／ Tôi luyện tập hằng ngày nhưng mãi mà không giỏi.）

EX2 休みが 十分 とれなくて、なかなか かぜが 治りません。
（I'm unable to take enough time off, so my cold is not getting much better.／没有好好休息，感冒一点儿也没好。／ Không thể nghỉ ngơi đầy đủ nên mãi mà không hết cảm.）

🔑 〜のに［時間・費用］　time, cost／时间、费用／ thời gian, chi phí

E「の」means「こと」, indicating the amount of time or money required in order to do something. Goes after the dictionary form of a verb.

C「の」是「こと」的意思，表示做某事所需要的时间及费用。接动词原形。

V「の」có nghĩa là「こと」, biểu hiện làm việc đó thì cần bao nhiêu thời gian hoặc chi phí. Dùng với dạng từ điển của động từ.

EX1 京都に 行くのに、２時間半 かかります。
（It takes two and a half hours in order to go to Kyoto.／去京都要两个半小时。／ Để đi tới Kyoto thì mất khoảng 2 tiếng rưỡi.）

EX2 会場に 入る**のに**、この ハガキが いります。
かいじょう　はい
(You need this postcard in order to go inside the event site.／入场需要这个明信片。／ Để vào hội trường thì cần có bưu thiếp này.)

🔑 ～**間** During; while／期间，那段时间，那阵功夫／ ~ trong
　　あいだ

E Indicates the extent or interval of a given period of time.
C 表示一定时间的范围和期间。　**V** Chỉ thời kỳ hoặc một phạm vi thời gian nhất định.

EX1 友だちを 待っている**間**、本を 読んで いました。
とも　　　　ま　　　あいだ　ほん　よ
(I was reading a book while waiting for my friends.／在等朋友的功夫，看了一会儿书。／ Tôi đọc sách trong lúc đợi bạn.)

EX2 食事の **間**、彼女は ずっと しゃべって いました。
しょくじ　あいだ　かのじょ
(She was talking the whole time during the meal.／吃饭那功夫，她一直在说。／ Cô ấy nói suốt trong bữa ăn.) .

🔑 ～**でも かまわない** Don't mind if～／～也没关系／ Kể cả ~ cũng được

E Represents that something is okay and given permission.　**C** 表示尽管如此也容许。　**V** Cho phép dù là như thế.

EX ペンが なかったら、えんぴつ**でも かまいません**。
(If you don't have a pen, I don't mind you using a pencil.／没钢笔的话，铅笔也可以。／ Nếu không có bút máy thì bút chì cũng được.)

E This can be connected to a verb, and in that case it becomes 「～ても かまわない」.
C 还有接动词的用法，那种场合为「～ても かまわない」。　**V** Có thể dùng với động từ, khi đó sẽ là 「～ても かまわない」.

EX1 5分くらいなら、おくれ**ても かまいません**。
ふん
(If it's just five minutes, I don't mind if you're late.／ 5分钟的话，晚点儿也没关系。／ Nếu khoảng 5 phút thì muộn cũng được.)

EX2 代わりに わたしが 行っ**ても、かまいません**。(I don't mind going instead.／我替代去也没问题。／ Tôi đi thay cũng được.)
か　　　　　　　　い

🔍 Focus on the Structure

❶ 〔＼先週から／ 〔パソコンの ちょうし〕が 悪く、〕
　　　せんしゅう　　　　　　　　　　　　　わる

＼なかなか／ 〈レポートが 進まなくなって しまいました。〉
　　　　　　　　　　　　　すす
Ｖて しまう

condition／条件／ điều kiện

❷ 《それで、》お店に 持って 行ったら、
　　　　　　みせ　も　　い
Ｖて Ｖます＋たら

直すのに ＼2週間くらい／ かかると 言われました。
なお　　　　　　しゅうかん　　　　　　い

time, cost／时间、费用／ thời gian, chi phí

Lesson

30 ～のに

Even though ～
却～［逆接］
～ Thế mà

Grammar Target
◆ ～だす
◆ ～のに

今日、カルロスさんと 帰りが 一緒に なったので、駅まで 話し
ながら 歩いて いました。すると 急に、カルロスさんが「今日は
何曜日ですか!?」と 聞いて きました。❶「水曜日ですよ。」と 答
えると、「すみません！ 用事を 思い出しました。」と 言って、急
に 走り 出しました。❷あとで 聞いたら、その 日は 友だちと 食
事を する やくそくを したのに、すっかり わすれて しまった そ
うです。30分も 待たせたので、食事代を ぜんぶ 払わされたと
言って いました。

Kyō, Karurosu-san to kaeri ga issho ni natta node, eki made hanashi nagara aruite imashita. Suruto kyū ni, Karurosu-san ga "Kyō wa nan yō bi desu ka?" to kīte kimashita. "Suiyōbi desu yo." Tto kotaeru to, "Sumimasen! Yōji o omoidashimashita." to itte, kyū ni hashiri dashimashita. ❷ Ato de kītara, sono hi wa tomodachi to shokuji o suru yakusoku o shita noni, sukkari wasurete shimatta sō desu. Sanjuppun mo mataseta node, shokuji-dai o zenbu harawasareta to itte imashita.

Vocabulary

☐ 急に　*kyū ni*：suddenly／突然／Đột nhiên

☐ 用事　*yōji*：business; task／有事／Việc bận

☐ 思い出す　*omoidasu*：remember／想起／Nhớ ra

☐ やくそく　*yakusoku*：promise／有约／Hẹn

☐ すっかり　*sukkari*：completely／完全／Hoàn toàn

☐ ～代　*～ dai*：～ bill／～费／Chi phí ～

🔑 **～だす**　Started to ～／开始～［动作・变化的开始］　／～ Bắt đầu

E Represents an act or change that suddenly begins. This is an expression used in conversation.

C 表示某种动作及变化突然发生，用于会话。

V Chỉ động tác hoặc sự thay đổi nào đó đột nhiên bắt đầu. Dùng trong văn nói.

EX1 雨が ふり**出した**から、早く 帰りましょう。
（It started to rain, so let's hurry back.／下起雨来了，快点儿回去吧。／Trời bắt đầu mưa rồi, mau về thôi.）

EX2 彼女が 急に 泣き**出した**ので、みんな おどろきました。
（She suddenly started to cry, surprising everyone.／她突然哭了起来，大家都很吃惊。／Đột nhiên cô ấy bắt đầu khóc nên mọi người đều ngạc nhiên.）

🔑 〜のに　Even though 〜／却〜［逆接］／〜Thế mà

E Represents that the results were contrary to expectations.
C 表示与期待的结果相反。
V Kết quả trái với mong đợi.

EX1 注意した**のに**、彼は、また おくれて 来ました。
（Even though I warned him, he came late again.／我提醒过他，可是还是来晚了。／Đã nhắc nhở rồi thế mà anh ta lại đến muộn.）

EX2 すぐ 終わると 思った**のに**、2時間も かかって しまいました。
（Even though I thought it'd finish quickly, it took two whole hours.／以为马上就完，却花了两个小时。／Tôi tưởng sẽ xong ngay, thế mà mất những 2 tiếng.）

🔍 Focus on the Structure

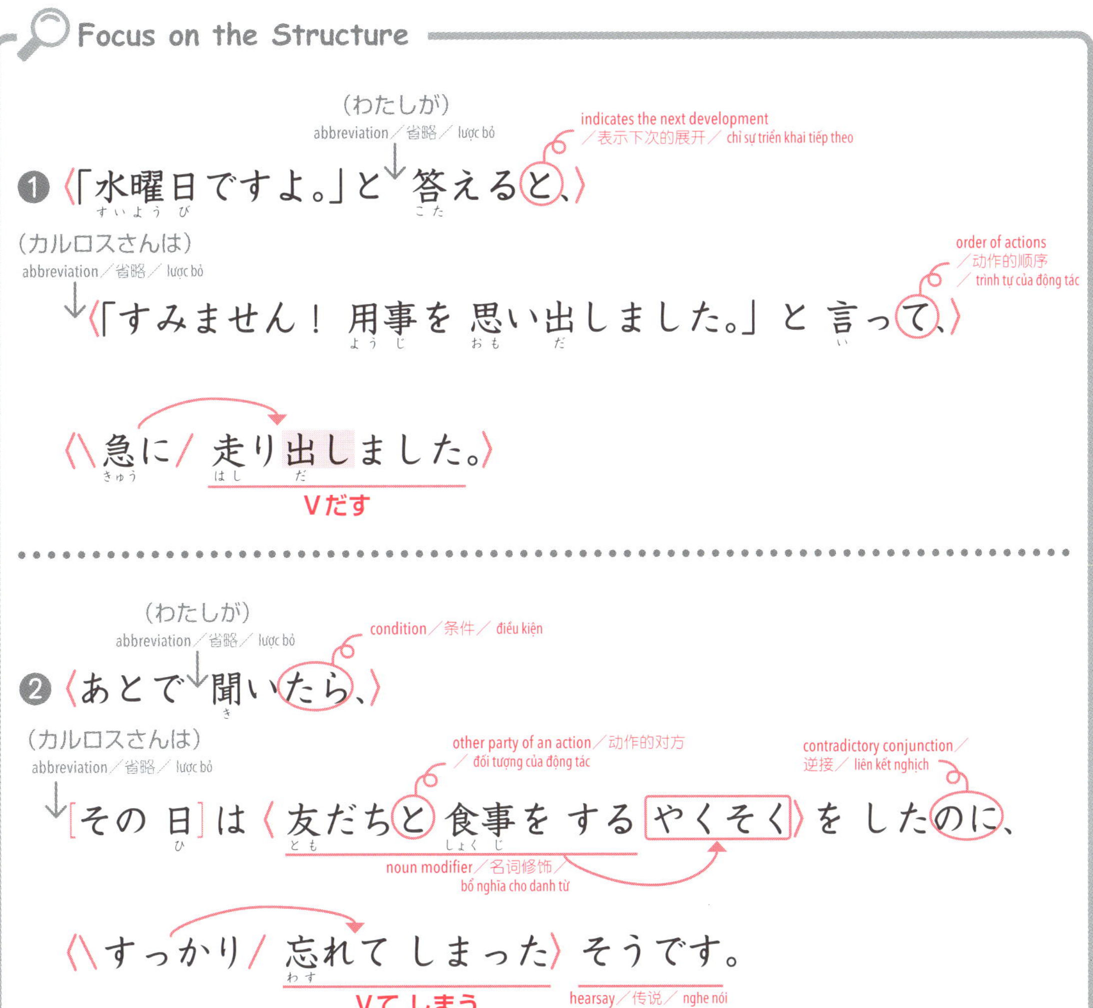

ふくしゅう　§3 (Lesson 21-30)

I つぎの ❶〜❻の ＿＿＿に 合(あ)う ものを a〜gの 中(なか)から えらんで、文(ぶん)を つくりましょう。

Choose what best goes in blanks ❶〜❻ from a〜g to create a sentence.
请从a〜g中选择适合下面❶〜❻的 ____ 进行造句。
Chọn một từ hoặc một cụm từ trong a〜 g để điền vào chỗ _____ trong câu ❶〜❻ và hoàn thành câu.

❶ 外食(がいしょく)ばかり して いると ＿＿＿＿＿＿＿＿＿＿＿＿＿＿＿＿。

❷ 家庭(かてい)から 出(で)る ゴミが ふえて いる ため ＿＿＿＿＿＿＿＿＿＿＿＿＿＿＿＿。

❸ 疲(つか)れて いる ため、ふくを 着(き)た まま ＿＿＿＿＿＿＿＿＿＿＿＿＿＿＿＿。

❹ かばんが 大(おお)きいと ＿＿＿＿＿＿＿＿＿＿＿＿＿＿＿＿。

❺ 来年(らいねん)、卒業(そつぎょう)なので、サッカーは ＿＿＿＿＿＿＿＿＿＿＿＿＿＿＿＿。

❻ 友(とも)だちと 食事(しょくじ)を する やくそくを ＿＿＿＿＿＿＿＿＿＿＿＿＿＿＿＿。

a. もう やめる ことに なります　　b. 体(からだ)に よくないです

c. ねて しまいました　　d. わすれてしまったそうです

e. 人(ひと)の じゃまに なりやすいです　　f. わたしは 料理(りょうり)を しません

g. いろいろ 問題(もんだい)が 起(お)きて います

II (　　)の 中(なか)に 入(い)れる ことばを a〜dから えらびましょう。

Choose words to put in (　) from a〜d.
请从a〜d中选择正确的词语填入(　)内。
Chọn một từ hoặc một cụm từ trong a〜d để điền vào chỗ(　).

❶ 田中(たなか)さんは 外国(がいこく)に 6、7年(ねん) 住(す)んだ (　　　) が あります。

a. ころ　　　　b. こと　　　　c. わけ　　　　d. ため

❷ かぜを ひいた (　　　) しれません。

a. こから　　　b. わけ　　　c. ため　　　d. かも

❸ 本を　かえそうと　思って　かばんに　（　　　）　おきました。
ほん　　　　　　　　　　おも

　　a．はいって　　　　　b．おいて　　　　　c．いれて　　　　d．だして

❹ 朝、起きた　（　　　）で、電話に　出られませんでした。
あさ　お　　　　　　　　でんわ　で

　　a．だけ　　　　　　　b．ばかり　　　　　c．ので　　　　　d．ぐらい

❺ こんな　わたしたちの　ために　集まって　（　　　）　ありがとう。
あつ

　　a．くれて　　　　　　b．あげて　　　　　c．きて　　　　　d．ので

Ⅲ　つぎの　❶〜❺の　＿＿＿に　合う　ものを　a〜fの　中から　えらんで、文を　つく
あ　　　　　　　　　　なか　　　　　　　ぶん
りましょう。

Choose what matches the following ＿＿ marks ❶〜❺ from a〜f to create a sentence.
请从 a〜f 中选择适合下面 ❶〜❺ 的 ＿＿ 进行造句。
Chọn một cụm từ trong a 〜 f để điền vào chỗ ＿＿ trong câu ❶〜❺ và hoàn thành câu.

❶ ＿＿＿＿＿＿＿＿＿＿＿＿＿＿＿＿　すっかり　目が　さめました。
め

❷ ＿＿＿＿＿＿＿＿＿＿＿＿＿＿＿＿　説明して　ください。
せつめい

❸ ＿＿＿＿＿＿＿＿＿＿＿＿＿＿＿＿　いろいろ　話を　聞きたかったのです。
はなし　き

❹ ＿＿＿＿＿＿＿＿＿＿＿＿＿＿＿＿　みんなで　食事の　会を　しました。
しょくじ　かい

❺ ＿＿＿＿＿＿＿＿＿＿＿＿＿＿＿＿　ぶつかりそうに　なる　ことが　あります。

a．子どもでも　わかる　ような　ことばで
こ

b．日本の　文化に　ついて　レポートする　ために
にほん　ぶんか

c．駅に　着いた　ばかりだったので
えき　つ

d．おどろいて　大きな　声を　出して
おお　こえ　だ

e．彼女に　元気になって　もらう　ために
かのじょ　げんき

f．歩きながら　スマホを　見て　いる　人に
ある　　　　　　　　み　　　ひと

モデル文章の 訳
ぶんしょう やく

Model Sentence Translations
模式文章的翻译
Phần dịch của đoạn văn mẫu

Lesson 21

Ⓔ After Akira-san lost his soccer match, he was a little unenergetic. ❶ That is when we decided to have a meal together to cheer him up. ❷ Akira-san will be graduating next year, and it seems that he will be quitting soccer. It sounds like that is why he wanted to win and keep on playing in more games. But he seemed to enjoy today a lot. Then, at the end, he said, "Thank you all for gathering here today for someone like me. I will do my best to graduate."

Ⓒ AKIRA 足球比赛输了后有点儿没精神了。❶于是为了让他恢复元，大家决定聚餐一次。❷听说 AKIRA 明年因为毕业要退出足球队，所以他特别想赢这场比赛。不过，今天他好像很开心。 于是最后他说「谢谢今天大家特意为我聚在一起，我一定努力，顺利毕业。」

Ⓥ Sau khi bị thua trong trận đá bóng, Akira hơi không được khỏe. ❶ Vì vậy, để cậu ấy khỏe lên, mọi người làm một buổi liên hoan. ❷ Sang năm Akira tốt nghiệp nên nghe nói cậu ấy được quyết định sẽ nghỉ chơi bóng đá. Vì vậy, cậu ấy muốn thắng để thi đấu nhiều hơn. Nhưng hôm nay có vẻ rất vui. Cuối cùng, cậu ấy nói "Cảm ơn mọi người đã tụ tập lại đây vì tôi. Tôi sẽ cố gắng để có thể tốt nghiệp được."

Lesson 22

Ⓔ❶ Not long ago, Sakura-san warned me, "It isn't good for your body if you do nothing but eat out," and since then I have not been eating out very much. Recently, I cook almost all of my meals for myself. I like cooking, and you don't have to spend much money, either... I have now started making box lunches, too. When I told her this, I then asked her if she cooked at home. ❷ That's when she said, "My Mother always makes food at home, so I don't cook." That was true for me in my country, too.

Ⓒ❶前不久，自从被 SAKURA 说道「总在外边吃饭对身体不好。」后，我就不怎么在外边吃饭了。最近基本上都自己做饭，既喜欢上了做饭又节省了钱…。我还学会了做便当。我对女朋友说了这事，反问她在家做饭吗？ ❷于是她回答道「我家都是妈妈做饭，我不做。」。我在家时也一样。

Ⓥ❶ Trước đây, sau khi Sakura nhắc tôi "Chỉ toàn ăn ngoài sẽ không tốt cho sức khỏe đâu", tôi ăn ngoài ít hơn. Gần đây, hầu như tôi toàn tự nấu ăn. Tôi thích nấu ăn, hơn nữa lại không tốn tiền… Tôi bắt đầu làm cả cơm hộp. Khi tôi kể cho cô ấy biết và hỏi ngược lại là cô ấy có nấu ăn ở nhà không. ❷ Thế là cô ấy bảo "Ở nhà lúc nào mẹ tớ cũng nấu nên tớ không nấu." Hồi ở trong nước, tôi cũng vậy.

Lesson 23

Ⓔ❶ Because the amount of trash that households produce is increasing, many problems are occurring. Compared to ten years ago, the amount has doubled, so the first problem is that there are not enough places to throw the trash away. ❷ That is where the city thought it is important to reduce the amount of trash and asked its citizens to reduce their trash as much as possible. As part of this, they plan to create and distribute posters that even children can understand. As I am also a citizen, I want to properly do whatever I can.

Ⓒ❶ 由于家庭垃圾的增多，出现了各种问题。因为垃圾是 10 年前的 2 倍，所以首先扔垃圾的地方不够了。❷于是市里决定要减少垃圾，号召市民尽量减少垃圾。为此，准备制作并发行小孩子也能看得懂的宣传广告。我也是市民一员，所以也想好好尽一份力。

Ⓥ❶ Vì rác từ các gia đình tăng lên nên xảy ra nhiều vấn đề. Do rác tăng gấp đôi 10 năm trước nên trước hết là thiếu chỗ vứt rác. ❷ Vì thế, thành phố nghĩ cần phải giảm bớt rác đi nên quyết định yêu cầu người dân giảm bớt rác nhiều nhất có thể. Do đó, thành phố dự định sẽ làm và phát những tờ áp phích mà ngay cả trẻ con cũng hiểu được. Tôi cũng là một người dân thành phố nên tôi sẽ làm tốt những việc có thể.

Lesson 24

Ⓔ❶ I was awfully tired last night and ended up sleeping with my clothes still on. I don't know when it was, but after that, I felt cold and woke up. I rushed to put my pajamas on and went back to properly sleep again. But after all, when I woke up in the morning, I thought that I still felt quite tired. I also may have caught a cold. No matter how tired you are, you shouldn't sleep that way. ❷ But after I took a hot shower, I felt better, and my body felt a little lighter, too.

Ⓒ❶ 昨晚很累，穿着衣服就睡了。之后，不知道几点冻醒了，急忙穿上睡衣又睡了一觉。早上起来觉得还有点儿累，说不定感冒了。不管怎么累也不能这么睡（穿着衣服睡）。 ❷ 不过，早上冲了个热水澡后，觉得舒服一点了。

Ⓥ❶ Tối qua, vì quá mệt nên tôi cứ mặc nguyên quần áo đi ngủ. Sau đó, tôi không rõ là khoảng mấy giờ nhưng vì lạnh quá nên tôi tỉnh dậy. Tôi vội mặc áo ngủ rồi ngủ lại cho tử tế. Quả nhiên, sáng thức dậy, tôi thấy vẫn còn mệt. Hình như còn bị cảm nữa. Dù mệt thế nào cũng không được ngủ kiểu này. ❷ Nhưng sau khi tắm nước nóng, tôi thấy khỏe hơn, người cũng nhẹ nhõm hơn một chút.

Lesson ㉕

Ⓔ❶ I wanted to return the books I was borrowing from Lana-san, so I made sure to put them in my bag, but I forgot to give them to her. ❷ But I really did want to return them today so I called her, but she was about to go to her part-time job, which meant she would be returning late. I was wondering what I should do, but then Lana-san said that it was okay to return them when we met next week, so we decided to do that.

Ⓒ❶ 从 RANA 那儿借来的书要还，放到书包里了，可是却忘还了。❷可是今天我想还给她，给她打了电话，她说一会儿要去打工，回来很晚。我不知道该怎么办，RANA 说等下周见面时还也行，我说好。

Ⓥ❶ Định trả cho Rana cuốn sách đã mượn nên tôi cho sẵn vào cặp nhưng lại quên không đưa. ❷ Tuy nhiên, nghĩ nhất định hôm nay phải trả nên tôi thử gọi điện nhưng Rana bảo sắp sửa đi làm thêm, về sẽ rất muộn. Tôi không biết làm thế nào thì Rana nói để sang tuần gặp nhau trả cũng được nên tôi quyết định sẽ làm như vậy.

Lesson ㉖

Ⓔ Today was a busy day. After going to three university lectures, I went to meet Tanaka-san. ❶ I wanted to hear from him about a number of things in order to make them into a report on Japanese society. For example, the good and bad parts about the ways Japan does things. ❷ Tanaka has lived for six or seven years overseas before, and he said he sometimes thinks about that kind of thing. This evening, I went back to university, studied a little bit at the library, and then went to see a film with my friends.

Ⓒ 今天忙了一天。去大学听了三个讲座，然后又去见了田中。❶为了写关于日本公司的研究报告，想问一下各方面的事情。比如日本的好的经验及不好的经验等等。因为田中在国外住过 6、7 年，所以他说有时在思考这个问题。傍晚又去了大学图书馆学习了一会儿，然后跟朋友去看电影了。

Ⓥ Hôm nay là một ngày bận rộn. Sau khi tham dự 3 bài giảng ở trường đại học, tôi đi gặp anh Tanaka. ❶ Tôi muốn hỏi anh Takana nhiều chuyện để viết báo cáo về công ty của Nhật. Chẳng hạn như những điểm tốt và những điểm không tốt trong cách làm của Nhật…vân vân. ❷ Anh Tanaka bảo đã từng sống ở nước ngoài 6, 7 năm nên thỉnh thoảng có nghĩ tới chuyện đó. Buổi chiều, tôi lại đến trường, học ở thư viện một chút rồi đi xem phim với bạn.

Lesson ㉗

Ⓔ Compared to the past, there are now many kinds of bags. Having something light that can fit a lot of things must be convenient. ❶ But having a large bag makes it easy to be a nuisance to people near you. Bags can also run into people and sometimes make them nearly fall over. I wish that people were careful. Backpacks are popular recently, and they are being used by a broad range of people, from children to adults. The teacher seems to be making the children hold it, too. ❷ They allow you to freely use your hands, and they are more convenient than hand-held bags. I too often use them at times such as when I go somewhere on a day off.

Ⓒ 跟以前比，现在有各式各样的包。从既轻又能装很多东西等角度上来，还是很方便的。❶不过，包太大了会妨碍坐在旁边的人，也有包差点儿把人撞倒的时候。所以应加以注意。最近双肩包很受欢迎，从小孩儿到大人都用。听说无论老师还是孩子们都让他们带着。 ❷手可以自由动，比用手提着包要方便得多。我休息到哪儿去时也常常用。

Ⓥ So với ngày xưa, hiện giờ có rất nhiều loại túi xách. Những loại túi nhẹ, đựng được nhiều thứ hẳn là vẫn tiện lợi. ❶ Tuy nhiên, nếu túi xách to thì dễ làm vướng người bên cạnh. Ngoài ra, có trường hợp túi xách va vào người khác khiến họ suýt ngã. Rất mong các bạn chú ý. Gần đây ba lô rất được ưa chuộng, từ trẻ con đến người lớn đều dùng nhiều. Nghe nói giáo viên cũng để trẻ con cầm. ❷ Dùng ba lô có thể cử động tay thoải mái, lại nhàn hơn là xách túi. Tôi cũng thường dùng ba lô những khi đi đâu đó vào ngày nghỉ.

Lesson 28

E❶ My phone rang this morning, but I had just woken up so I could not pick it up right away. I still felt absentminded. When I tried to pick up the phone, the other side had hung up. It was from Tanaka-san. But when I called him back, he picked up right away. And then he said this: "I had good news. It's been decided that Akira-san will be joining our company." I was surprised and said in a big voice, "Whaat!" It woke me right up, too. I had this reaction because I did not know at all that Akira-san had applied to join Tanaka-san's company. **❷** But I think it's a good company, and Akira-san decided he want to join it himself, so I am happy.

C❶ 早上电话响了，刚起来没能马上接。脑袋还在发木，当我接电话时，已经挂断了，是田中打来的电话。我给他打过去，他马上接电话了。他说「有个好消息，AKIRA 进我们公司了。」。我吃了一惊，大声说「哎！」，马上来精神了。AKIRA 应聘田中公司的事我一点儿也不知道。**❷**不过，我觉得那公司不错，又是 AKIRA 想去的公司，真为他高兴。

V❶ Buổi sáng, điện thoại đổ chuông nhưng vừa ngủ dậy nên tôi không nghe máy ngay được. Đầu óc tôi vẫn còn mơ màng. Tôi chuẩn bị nghe thì điện thoại ngắt. Là Tanaka gọi. Nhưng tôi gọi lại thì cậu ta nghe máy ngay. Rồi cậu ta nói thế này: "Tớ có tin tốt đây. Akira đã được quyết định vào làm ở công ty tớ." Tôi ngạc nhiên và hét to: "Hả!" Tôi tỉnh ngủ luôn. Bởi tôi hoàn toàn không biết Akira thi vào công ty của Tanaka. **❷** Nhưng tôi nghĩ đó là công ty tốt và vì Akira chọn công ty đó để vào làm nên tôi rất vui.

Lesson 29

E❶ My computer has not been working well since last week, and I have not made much progress on my report. **❷**So I brought it to the store, but they said it would take about two weeks to fix. But during that time, they would let me borrow a replacement computer. I would have many problems if I do not have a computer, so I decided to borrow it. I thought it was hard to use at first, but I got used to it right away. It is better than my computer, and I would not mind if my situation stayed this way.

C❶ 从上周开始，电脑出现了一点儿问题，研究报告没有进展。**❷**所以拿到店里修理，说需要两个星期。不过这期间可以借给我临时用的电脑。没电脑很不方便，所以我决定借了。开始用起来不习惯，可马上就习惯了。比我的电脑好，就这样也没关系。

V❶ Tình trạng máy tính không ổn định từ tuần trước nên báo cáo mãi mà chẳng tiến triển. **❷** Vì thế tôi đem máy tính ra cửa hàng thì được bảo mất khoảng 2 tuần để sửa. Nhưng họ bảo trong thời gian đó sẽ cho tôi mượn máy thay thế. Không có máy tính sẽ gặp nhiều khó khăn nên tôi quyết định sẽ mượn. Ban đầu tôi nghĩ hơi khó dùng nhưng rồi quen ngay. Máy tính này còn tốt hơn cả máy tính của tôi nên tôi nghĩ cứ thế này cũng được.

Lesson 30

E I went home with Carlos-san today, so we talked as we walked to the station. Then suddenly, Carlos-san asked me, "What day is it today?!" **❶** When I answered, "It's Wednesday," he said, "Sorry! I remembered something I have to do," and he suddenly ran off. **❷** When I asked him later, it sounds like even though he promised to get a meal with a friend that day, he had completely forgotten. He made his friend wait for thirty minutes, so he said he paid for the whole meal.

C 今天跟卡尔洛斯一起回去，我们边聊边走到车站。突然卡尔洛斯问我「今天星期几 ?!」**❶**我说「星期三啊！」，他说「对不起！有事！想起来了！」就急忙跑了。**❷**后来我问他，那天他跟朋友约定一起吃饭的，可他忘得一干二净。他说让朋友等了 30 分钟，所以饭前全付了。

VHôm nay tôi về cùng Carlos nên chúng tôi vừa nói chuyện vừa đi bộ ra ga. Đột nhiên, Carlos hỏi "Hôm nay là thứ mấy!?" **❶** Khi tôi trả lời "Là thứ Tư" thì cậu ta bảo "Xin lỗi, tôi nhớ ra mình có việc" rồi bắt đầu chạy. **❷** Sau này, tôi hỏi lại thì hóa ra hôm đó cậu ta hẹn ăn với bạn nhưng lại quên khuấy đi mất. Cậu ta bảo vì để bạn đợi những 30 phút nên bị bắt trả hết chi phí bữa ăn.

ふくしゅうの こたえ　Review Answers／复习答案／Đáp án bài ôn tập　§3 (Lesson 21-30)

I　❶b　❷g　❸c　❹e　❺a　❻d
II　❶b　❷d　❸c　❹b　❺a
III　❶d　❷a　❸b　❹e　❺f

Lesson

31 〜とか

Like 〜
〜啦［軽微的列挙］
〜 Hay là

　　夕方、大学の 図書館の 前で あきらさんに 会いました。❶あきらさんは 友だちと一緒で、わたしは、借りて いた 本を 返して、帰る ところでした。❷すると、これから カラオケに 行くから、一緒に 行かないかと さそわれました。今日は 特に 用事も なく、歌うのは 大好きなので、行く ことに しました。あきらさんの 友だちに どんな 歌を 歌うのか、聞かれたので、「わたしの 国の 歌とか、アメリカの 歌とかを 歌います。日本の アニメの 歌も 歌います。」と 答えると、「どれも、いいですね。ぜひ、聞かせて ください。」と 言われました。

　　あとから 人が 増えて、全部で 10人に なりました。部屋は、たぶん、店で いちばん 大きい タイプだと 思います。おおぜいの 前で 歌うのは 初めてだったので、はずかしかったです。それに、わたしが 歌う ときに、急に しずかになったので、ちょっと 歌い にくかったです。でも、すごく 楽しかったです。

Yūgata, daigaku no toshokan no mae de Akira-san ni aimashita. ❶ Akira-san wa tomodachi to issho de, watashi wa, karite ita hon o kaeshite, kaeru tokoro deshita. ❷ Suruto, korekara karaoke ni iku kara, issho ni ikanaika to sasowaremashita. Kyō wa tokuni yōji mo naku, utau nowa daisuki nanode, iku koto ni shimashita. Akira-san no tomodachi ni donna uta o utau noka, kikareta node, "Watashi no kuni no uta toka, Amerika no uta toka o utaimasu. Nihon no anime no uta mo utaimasu." to kotaeru to, "Dore mo, īdesu ne. Zehi, kikasete kudasai." to iwaremashita.

Atokara hito ga fuete, zenbu de jū-nin ni narimashita. Heya wa, tabun, mise de ichiban ōkī taipu da to omoimasu. Ōzē no mae de utau nowa hajimete datta node, hazukashikatta desu. Soreni, watashi ga utau toki ni, kyū ni shizuka ni natta node, chotto utai nikukatta desu. Demo, sugoku tanoshikatta desu.

Vocabulary

☐ **カラオケ**　*karaoke*：karaoke／卡拉 OK／ Karaoke

☐ **さそう**　*sasou*：invite／邀请／ Mời

☐ **用事**　*yōji*：errands; business／事儿／ Việc bận

☐ **アメリカ**　*Amerika*：America／美国／ Mỹ

☐ **アニメ**　*anime*：anime; cartoons／动漫／ Phim hoạt hình

☐ **タイプ**　*taipu*：type／类型／ Loại

☐ **おおぜい**　*ōzē*：a large group／众多／ Đông

☐ **はずかしい**　*hazukashī*：embarrassing／害羞／ Xấu hổ

🔑 ～とか（～とか） Like ～／～啦［轻微的列举］／～ Hay là

🅔 An expression used when casually giving a number of examples. Similar to「や」, but more conversational.

🅒 表示随便举几个例子的表现。与「や」相似，多用于会话。

🆅 Mẫu câu dùng khi nêu một vài ví dụ một cách nhẹ nhàng. Giống với「や」nhưng dùng trong văn nói nhiều hơn.

EX1 明日、お客さんが 来るので、飲み物**とか** おかし**とか**を 買って おきました。

（Visitors will be coming tomorrow, so I bought things like drinks and snacks.／明天有客人要来，喝的啦、点心啦什么的都买好了。／ Ngày mai khách sẽ đến nên tôi mua sẵn các thứ như đồ uống hay là bánh kẹo.）

EX2 青木さん**とか** 山下さん**とか**、おおぜいの 人が 来て くれました。

（A large number of people came, like Aoki-san and Yamashita-san.／青木啦、山下啦，来了好多人。／ Rất nhiều người đến như anh Aoki hay là anh Yamashita）

🔍 Focus on the Structure

❶〈あきらさんは 友だちと 一緒で、〉

other party of an action／动作的对方／đối tượng của động tác
～は ～で

〈わたしは、借りていた 本 を 返して、帰る ところでした。〉

order of actions／动作的顺序／trình tự của động tác
noun modifier／名词修饰／bổ nghĩa cho danh từ
V ところ

❷《すると、》〈＼これから／ カラオケに 行くから、〉

goal／目的／mục đích
reason／理由／Lí do

（あきらさんに）

represent a question／表示疑问／biểu thị nghi vấn
abbreviation／省略／lược bỏ

＼一緒に／ 行かないかと さそわれました。

Passive Form／被动形／Dạng bị động

-u → -areru（Ⅰグループ）

Ex.)言う、わらう

Lesson
32 〜が する
Get the feeling of 〜
感到〜［声音味道的感知］
〜 thấy có

❶アパートの 部屋（へや）で 勉強（べんきょう）を していると、ときどき、鳥（とり）の 変（へん）な 鳴（な）き声（ごえ）が します。「ホーホホッホー」という ような 鳴（な）き声（ごえ）です。❷どんな 鳥（とり）かと 思（おも）って、何回（なんかい）か 探（さが）して みましたが、見（み）た ことが ありません。それで、今日（きょう）、授業（じゅぎょう）が 終（お）わったあとに、何（なん）という 鳥（とり）か、先生（せんせい）に たずねました。すると 先生（せんせい）は、「ああ、それは きっと ヤマバトですよ。山（やま）に 住（す）んで いる ハトです。」と 教（おし）えて くれました。わたしは、先生（せんせい）は どう 聞（き）こえるか、聞（き）いて みました。すると、「そうですね……。わたしの 場合（ばあい）は、ホーホーホッホホーですね。でも、デデッポッポーなども よく 言（い）われて いる ようですね。」と 答（こた）えて くれました。

❶*Apāto no heya de benkyō o shiteiru to, tokidoki, tori no henna nakigoe ga shimasu. "Hōhohohhō" to iu yōna nakigoe desu.* ❷*Donna tori ka to omotte, nankai ka sagashite mimashita ga, mita koto ga arimasen. Sorede, kyō, jugyō ga owatta ato ni, nan toiu tori ka, sensē ni tazunemashita. Suruto sensē wa, "Ā, sore wa kitto yamabato desu yo. Yama ni sunde iru hato desu." to oshiete kuremashita. Watashi wa, sensē wa dō kikoeruka, kīte mimashita. Suruto, "Sō desu ne…. Watashi no bāi wa, hōhōhohhohō desu ne." Demo, dedeppoppō nado mo yoku iwarete iru yō desu ne." to kotaete kuremashita.*

Vocabulary

☐ 鳥　*tori*：bird／鸟／Chim

☐ 変（な）　*hen(na)*：：strange／怪怪的／Lạ

☐ 鳴き声　*nakigoe*：cry／啼声／Tiếng hót

☐ 何〜か　*nan 〜 ka*：a number of ~s／什么~吗?／Là ~ gì

☐ ヤマバト　*yamabato*：《another name for the「キジバト」(Oriental turtle dove)》／山斑鸠／《Tên gọi khác của「キジバト」》

☐ ハト　*hato*：dove; pigeon／鸽子／Bồ câu

🔑 ～が する
Get the feeling of ～／感到～［声音味道的感知］／～ thấy có

E Represents a sound, smell, or taste perceived by the senses.
C 表示感觉到的声音、气味及味道等。
V Thấy được âm thanh, mùi, vị bằng cảm giác.

EX1 2階の ほうで 何か 音が しますね。
（There's some kind of sound by the second floor, isn't there?／二楼好像发出什么声音。／ Trên tầng 2 có tiếng gì đó nhỉ.）

EX2 この 牛乳、ちょっと 変な においが します。
（This milk has a bit of a strange smell.／这个牛奶有种怪怪的味道。／ Sữa tươi này có mùi hơi lạ.）

EX3 この スープ、リンゴの ような 味が します。
（This soup tastes like apples.／这个汤有种苹果的味道。／ Súp này có vị giống như táo.）

🔑 ～た ことが ない
Have never～／没～过／～ Chưa từng

E Represents an experience that has never been had before.
C 表示没有经历过。
V Chưa có kinh nghiệm làm việc đó.

EX1 わたしは まだ、その 人に 会った ことが ありません。
（I have yet to meet that person.／我还没见过他。／ Tôi vẫn chưa từng gặp người đó.）

EX2 そんな 話、聞いた ことが ありません。
（I have never heard that story.／我没听说过那件事。／ Tôi chưa từng nghe chuyện đó.）

🔍 Focus on the Structure

condition／条件／điều kiện

❶〈［アパートの 部屋］で 勉強を していると、〉
Vている

＼ときどき、／〈鳥の 変な 鳴き声〉が します。
［音・声］が する

❷〔〈どんな 鳥かと 思って、〉何回か 探して みましたが、〕
interrogative＋か／疑问词＋か／từ nghi vấn＋か
interrogative＋か／疑问词＋か／từ nghi vấn＋か
Vてみる

見た ことが ありません。
Vた ことが ない

Lesson 33 ～て ばかり

Nothing but ～
光～ ［偏好某种事情］
～ Chỉ toàn

　アインシュタインは、子どもの ころ、なかなか 言葉を おぼえられませんでした。4さいまで しゃべらず、ふつうに 話せる ように なったのは 9さいの ころ でした。❶学校の 勉強も できず、いつも しずかに 何かを 考えて ばかり いたので、親は かなり 心配した ようです。でも、好きな ものには 熱心でした。数学と 音楽は よく できた のです。バイオリンが 上手で、特に、モーツァルトの 美しい 音楽が 好きでした。❷そして 彼は、音楽だけでなく、数学からも、美しいと 思う ものを 見つけて いた のでしょう。

　彼は、人が 作った きそくなどは にがてだった よう です。大学に 行く ことが できる 学校（小学校を 卒業したあと、9年間 通う）に 入りましたが、途中で やめました。そんな 彼でしたが、科学の 本は ずっと よく 読んで いました。また、電気工場で 仕事を して いた ヤコブおじさんから、機械や せんもんの ぎじゅつを 見せて もらい、強く きょうみを 持った のです。

Ainshutain wa, kodomo no koro, nakanaka kotoba o oboeraremasen deshita. Yon-sai made shaberazu, futsū ni hanaseru yō ni natta nowa kyū-sai no koro deshita. ❶ Gakkō no benkyō mo dekizu, itumo shizuka ni nanika o kangaete bakari ita node, oya wa kanari shinpai-shita yō desu. Demo, sukina mono niwa nesshin deshita. Sūgaku to ongaku wa yoku dekita no desu. Baiorin ga jōzu de, toku ni, mōtzaruto no utsukushī ongaku ga suki deshita. ❷ Soshite kare wa, ongaku dake denaku, sūgaku kara mo, utsukushī to omou mono o mitsukete ita nodeshō.

Kare wa, hito ga tsukutta kisoku nado wa nigate datta yō desu. Daigaku ni iku koto ga dekiru gakkō (shōgakkō o sotsugyō-shita ato, kyū-nenkan kayou) ni hairimashita ga, tochū de yamemashita. Sonna kare deshita ga, kagaku no hon wa zutto yoku yonde imashita. Mata, denki kōjō de shigoto o shite ita Yakobu ojisan kara, kikai ya senmon no gijutsu o misete morai, tsuyoku kyōmi o motta nodesu.

Vocabulary

☐ アインシュタイン　*Ainshutain*：Einstein／艾恩斯塔／ Einstein

☐ 熱心（な）　*nesshin(na)*：passionate／专心／ Nhiệt huyết (tính từ đuôi NA)

☐ 数学　*sūgaku*：mathematics／数学／ Toán học

☐ バイオリン　*baiorin*：violin／小提琴／ Đàn vĩ cầm

☐ モーツァルト　*mōtzaruto*：Mozart／莫扎特／ Mozart

☐ きそく　*kisoku*：rules; regulations／规则／ Quy tắc

☐ 科学　*kagaku*：science／科学／ Khoa học

☐ 電気　*denki*：electricity／电气／ Điện

□ おじさん　*ojisan*：uncle／叔叔／Chú

□ 機械　*kikai*：machine／机械／Máy móc

□ せんもん　*senmon*：specialized／专业／Chuyên môn

□ ぎじゅつ　*gijutsu*：technology／技术／Kỹ thuật

🔑 ～て ばかり　Nothing but ～／光～[偏好某种事情]／～ chỉ toàn

E「～て ばかりいる」 is used to mean that an action is always being done.

C 表示总是做某种事情，用「～て ばかりいる」。

V Lúc nào cũng làm việc đó, dùng với dạng「～て ばかり いる」.

EX1 遊んで ばかり いると、卒業できなく なりますよ。
あそ　　　　　　　　　そつぎょう
（You won't be able to graduate if you do nothing but play.／光玩儿的话，就毕不了业了！／Chỉ toàn chơi sẽ không tốt nghiệp được đâu. ）

EX2 彼女は 食事中も、スマホを 見て ばかり いました。
かのじょ　しょく じ ちゅう　　　　　　　み
（She did nothing but look at her smartphone, even while we ate.／她吃饭时也总看智能手机。／Ngay cả trong bữa ăn cô ấy cũng chỉ toàn xem điện thoại. ）

🔍 Focus on the Structure

❶〔〈［学校の 勉強］も できず、〉〈〈いつも／しずかに
　　　　がっこう　べんきょう

　　　　　　　　　　～ず＝～なくて

何かを 考えて ばかり いた〉ので、〕
なに　　かんが
V て います
reason／理由／Lí do

親は ＼かなり／ 心配した ようです。
おや　　　　　　しんぱい
appears in a way that is thought to seem like ～
／被认为是～的样子／ trạng thái được nghĩ là

❷《そして》彼は、＼音楽だけでなく、数学からも、／
　　　　　　　かれ　　おんがく　　　すうがく
subject／主语／chủ ngữ
origin, addition／起点、附加／ khởi điểm, phụ thêm

〈美しいと 思う［もの］〉を 見つけて いた のでしょう。
うつく　　おも　　　　　み
～のです＋～でしょう
noun modifier／名词修饰／ bổ nghĩa cho danh từ
predicate／谓语／ vị ngữ

Lesson

34 〜に する

Decide to 〜
決定〜［選択］
Chọn 〜

今日は ワンさんと 上野に ある びじゅつかんに 行って きました。❷ワンさんは 今日は 雨だから 込まない だろうと 言って いた のですが、そんな ことは ありませんでした。逆に、とても 込んで いて、見るのに 時間が かかりましたし、ちょっと 疲れました。絵を 見たあと、びじゅつかんの 中に ある レストランで 昼ご飯を 食べました。二人とも、お店の 人気 メニューの やさいカレーに しました。食べ 終わったときは、もう 2時半で、びっくりしました。❷そのあと、お店に 行って、好きな 絵の 入った 絵はがきを 5枚 買いました。

Kyō wa Wan-san to Ueno ni aru bijutsukan ni itte kimashita. ❶ *Wan-san wa kyō wa ame dakara komanai darō to itte ita no desu ga, sonna koto wa arimasen deshita. Gyakuni, totemo konde ite, miru noni jikan ga kakarimashita shi, chotto tsukaremashita. E o mita ato, bijutsukan no naka ni aru resutoran de hirugohan o tabemashita. Futari tomo, o-mise no ninki menyū no yasai karē ni shimashita. Tabe owatta toki wa, mō niji-hande, bikkuri shimashita.* ❷ *Sonoato, o-mise ni itte, sukina e no haitta ehagaki o go-mai kaimashita.*

Vocabulary

☐ 上野　*Ueno*：《A place in Tokyo／东京地名／Một địa danh ở Tokyo》

☐ びじゅつかん　*bijutsukan*：art museum／美术馆／Bảo tàng mỹ thuật

☐ 込む　*komu*：crowded／拥挤／Đông đúc

☐ メニュー　*menyū*：menu; menu item／菜单／Thực đơn

☐ やさい　*yasai*：vegetables／蔬菜／Rau

☐ カレー　*karē*：curry／咖喱／Cà ri

☐ びっくり（する）　*bikkuri(suru)*：be surprised／吃惊／Giật mình

☐ 絵はがき　*ehagaki*：picture postcard／明信片／Bưu thiếp tranh

🔑 〜だろう　Probably 〜／大概〜［推測］／〜 Chắc là

E An expression of conjecture that is the plain form of「〜でしょう」.

C 表示推测，是「〜でしょう」的一般形。

V Mẫu câu suy đoán, dạng thường của「〜でしょう」.

> **EX1** 彼に 聞けば、わかる**だろう**。（You can probably understand if you ask him.／问他大概会知道吧。／ Hỏi anh ấy chắc là biết đấy.）
>
> **EX2** 田中さんたちは、もう 東京に 着いている**だろう**。
> （Tanaka-san's group has probably arrived in Tokyo already.／田中已经到东京了吧。／ Tanaka và mọi người chắc đã tới Tokyo rồi.）

🔑 〜に する　Decide to 〜／决定〜［选择］／〜 Chọn

E An expression that indicates the result of a selection.

C 表示选择的结果。

V Mẫu câu chỉ kết quả của sự lựa chọn.

> **EX1** じゃ、わたしは こうちゃ**に します**。（In that case, I'll have the tea.／那我要红茶。／ Vậy thì tôi chọn trà đen.）
>
> **E2** わたしは 行かない こと**に しました**。（I decided not to go.／我决定不去了。／ Tôi chọn không đi.）

🔍 Focus on the Structure

❶ ［ワンさんは〈今日は 雨だから 込まない だろう〉と
reason／理由／Lí do　　guess／推测／suy đoán

言って いた のですが、］［そんな こと］は ありませんでした。
V て います　　のです
explanation of circumstances／事情说明／ giải thích tình hình

affects the entire sentence／与全句相关／ bổ nghĩa cho toàn bộ câu

order of actions／动作的顺序／ trình tự của động tác

❷ ＼そのあと、／お店に 行って、

〈［好きな 絵］の 入った 絵はがき〉を 5枚 買いました。
noun modifier／名词修饰／ bổ nghĩa cho danh từ

Lesson

35 〜続ける
つづ

continue to 〜
継続〜
〜 Tiếp tục

神戸は、大阪から 西へ 30キロくらいの ところに ある 港町です。神戸港は、横浜港と 同じくらいに 大きな 港です。❶神戸の 港は れきしが とても 古く、昔から 外国と ぼうえきが 行われ、"日本の げんかん"で あり 続けました。神戸は、京都ほど 有名 でなく、大阪ほど 大きくありません。しかし、毎年 たくさんの 人が 旅行に 来ます。神戸の まちは、前に 港、後ろに 東西に 続く 六甲山が あります。そのため、けしきが 美しい ことで 知られ ています。おいしい おかしや "神戸牛"も 有名です。❷神戸は、外国から 人や 物が 多く 入ってくるため、ほかの 場所には ない 文化を 生んできた のです。

Kōbe wa, Ōsaka kara nishi he sanjukkiro kurai no tokoro ni aru mimato machi desu. Kōbe-kō wa, Yokohama-kō to onaji kurai ni ōkina minato desu. ❶Kōbe no minato wa rekishi ga totemo furuku, mukashi kara gaikoku to bōeki ga okonaware, "Nihon no genkan" de ari tsuzukemashita. Kōbe wa, Kyōto hodo yūmē denaku, Ōsaka hodo ōkiku arimasen. Shikashi, maitoshi takusan no hito ga ryokō ni kimasu. Kōbe no machi wa, mae ni minato, ushiro ni tōzai ni tuzuku Rokkōsan ga arimasu. Sonotame, keshiki ga utsukushī koto de shirarete imasu. Oishī o-kashi ya "Kōbe gyū" mo yūmē desu. ❷Kōbe wa, gaikoku kara hito ya mono ga ōku haittekuru tame, hoka no basho niwa nai bunka o unde kita no desu.

Vocabulary

- □ 神戸　*Kōbe* ：《Place name／地名／tên địa danh》
- □ 大阪　*Ōsaka* ：《Place name／地名／tên địa danh》
- □ 西　*nishi* ：west／西／Tây
- □ キロ　*kiro* ：kilometer; kilogram／公里／Km
- □ 港　*minato* ：port; bay／港口／Cảng
- □ れきし　*rekishi* ：history／风景／Lịch sử
- □ ぼうえき　*bōeki* ：trade／贸易／Giao thương
- □ げんかん　*genkan* ：entryway／大门／Thềm cửa
- □ 後ろ　*ushiro* ：behind／后边／Đằng sau
- □ 東西　*tōzai* ：east and west／东西／Đông Tây
- □ 六甲山　*Rokkōsan* ：Mount Rokko《Name of a mountain》／《山名》／《tên một dãy núi》
- □ おかし　*o-kashi* ：candy; snacks／糕点／Bánh truyền thống của Nhật
- □ 牛　*gyū* ：《in reference to beef／牛肉／chỉ thịt bò》

🔑 ～続ける　continue to ～／継续～／～ Tiếp tục

E Represents the state of an action or condition continuing.

C 表示将一定的动作及状态持续下去。　　**V** Tiếp tục một động tác hay trạng thái nhất định.

EX1 彼は、そのまま 話し続けました。（He kept on talking like that.／他仍接着说。／ Anh ấy cứ tiếp tục nói chuyện như thế. ）

EX2 その 犬は、死ぬまで 彼の 帰りを 待ち続けた そうです。

(It sounds like that dog continued to wait for him to return until he died.／听说那条狗一定等他回家直到死。／ Nghe nói con chó ấy tiếp tục đợi anh ấy quay về cho tới lúc chết.)

🔑 ～ほど（～ない）　(not) as much as ～／没那么～／(không) ~ đến mức

E 「～ほど」is an expression used to represent a comparison, and it can be followed by 「～ない」to represent a negative.

C 「～ほど」是比较的表现，后续表示否定的「～ない」。

V 「～ほど」là mẫu câu biểu hiện sự so sánh, vế đằng sau là dạng phủ định.

EX1 わたしは 彼女ほど 頭が よくありません。

(I am not as smart as she is.／我没有她那么聪明。／ Tôi không thông minh như cô ấy.)

EX2 実際は、口で 言うほど 簡単な こと じゃないです。

(In reality, it is not so easy that it can be explained in spoken words.／实际说起来并不那么简单。／ Thực tế không đơn giản như nói miệng.)

🔍 Focus on the Structure

❶ 〈[神戸の 港] は れきしが ＼とても／ 古く、〉
〜は 〜が

〈＼むかしから／ 外国と ぼうえきが 行われ、〉
Passive Form／被动形／Dạng bị động

"日本の げんかん" で あり続けました。
V つづける

❷ 神戸は、〈＼外国から／ 人や 物が ＼多く／ 入ってくるため、〉
V てくる　　reason／理由／Lí do

〈[ほかの 場所] には ない [文化]〉 を 生んできた のです。
V てくる　　のです
explanation of circumstances
／事情说明／giải thích tình hình

Grammar Target
◆～ているところ
◆～なくてもかまわない
◆～って　◆やる

Lesson

36 ～て いる ところ

as (I) was ～ ing
正在～［現在的状態］
～ đúng lúc đang

　今日、さくらさんの 家の そばを 通ったので、ちょっと 寄って みたら、彼女は いませんでした。❶ちょうど 犬の さんぽを して いる ところでしたが、すぐ 戻って きました。聞くと、犬は となりの 家の 犬でした。旅行に 行く 間、せわを 頼まれた そうです。❷さんぽは 毎日、朝と 夜の ２回だと いうので、大変だと 思ったら、全然 そんなことは ない そうです。「最初に 言われた んです。この 犬は もう、おじいさんだから、長い 時間、さんぽさせなくても かまわないって。それに、犬は 大好きだし。」と 言いました。それより、庭の 木や 花に 水を やるのが 大変だと 言って いました。確かに、みごとな 庭でした。

Kyō, Sakura-san no ie no soba o tōtta node, chotto yotte mitara, kanojo wa imasen deshita. ❶Chōdo inu no sanpo o shite iru tokoro deshita ga, sugu modotte kimashita. Kiku to, inu wa tonari no ie no inu deshita. Ryokō ni iku aida, sewa o tanomareta sō desu. Sanpo wa mainichi, asa to yoru no ni-kai da to iu node, taihen da to omottara, zenzen sonna koto wa nai sō desu. ❷"Saisho ni iwareta n desu. Kono inu wa mō ojīsan dakara, nagai jikan, sanpo sasenakutemo kamawanai tte. Soreni, inu wa daisuki da shi." to īmashita. Soreyori, niwa no ki ya hana ni mizu o yaru no ga taihen da to itte imashita. Tashika ni, migoto na niwa deshita.

Vocabulary

□ せわ　*sewa*：look after／照顾／Chăm sóc

□ 庭　*niwa*：yard／院子／Vườn

□ 大好き（な）　*daisuki(na)*：love; favorite／非常喜欢／Rất thích (tính từ đuôi NA)

□ みごと（な）　*migoto(na)*：splendid／精彩／Hoành tráng (tính từ đuôi NA)

🔑 ～ているところ　as (I) was ～ ing／正在～［現在的状態］／～ đúng lúc đang

Ⓔ An expression used to explain that one is in a place or situation doing something.

Ⓒ 表示说明正在进行的场面・状态。

Ⓥ Mẫu câu giải thích tình huống, hoàn cảnh đang làm việc đó.

EX1 彼に 電話したら、ちょうど 食事を して**いる ところ**でした。
(When I called him, he was just eating a meal.／给他打电话，他正在吃饭呢。／ Tôi gọi điện cho anh ấy đúng lúc anh ấy đang ăn.)

EX2 今、バスを 待っ**ている ところ**で、もう 少しで 着きます。
(I'm waiting for the bus now and I will arrive soon.／现在正在等公共汽车，马上就到。／ Bây giờ tôi đang đợi xe buýt, một chút nữa là tới.)

🔑 ～なくても かまわない　Don't have to ～／不用～[允许]／～Cũng không sao

E Represents that one does not have to worry about doing something, as it is not a problem.

C 表示不那么做也不介意，没有问题。　**V** Không làm chuyện đó cũng không bận tâm, không thành vấn để.

EX1 全部 持っていかなくても かまいません。
ぜんぶ　も
(You don't have to take all of them with you.／不全拿去也没关系。／ Không cần mang hết đi.)

E2 わたしは、行けなくても かまわないです。　(I don't mind if I can't go.／我去不了也没关系。／ Tôi không đi cũng được)
い

🔑 ～って　Said／说是～[引用]／Nói là

E A conversational expression for「～と」, which represents a quotation.

C 是表示引用的「～と」的会话表现。　**V** Mẫu câu văn nói của「～と」, dùng để trích dẫn.

EX1 彼は「知らない。」って 言って いました。　(He said "I don't know."／他说「不知道。」／ Anh ấy nói là "Không biết".)
かれ　　し　　　　　　　　い

EX2 先生は、いつ 試験を やるって 言いましたか。
せんせい　　　　　しけん　　　　　　　い
(Did sensei say when we'll have our test?／老师说什么时候老师了吗？／ Thầy giáo bảo bao giờ thi?)

🔑 やる　Give／给[给予]／Cho

E Represents giving something to someone at the same level as you or lower.

C 表示给跟自己差不多及比自己小的人什么东西时使用。

V Thể hiện hành động cho người bằng mình hoặc dưới mình thứ gì đó.

EX1 あの かばんは 使わなくなったので、妹に やりました。
つか　　　　　　　　　　いもうと
(I stopped using that bag, so I gave it to my little sister.／那个书包不用了，给妹妹了。／ Tôi không dùng cái cặp đó nữa nên cho em gái.)

EX2 だれかに それを やったんですか。　(Did you give that to someone?／你把那个给谁了?／ Anh cho ai cái đó vậy)

🔍 Focus on the Structure

❶〈＼ちょうど／［犬の さんぽ］を して いる〉ところでしたが、]
　　　　　　　　いぬ

＼すぐ／ 戻って きました。
もど
<u>V て くる</u>

・・

　　　　　　　　　　　　　　　Nの N　　　　　　　　　　　　reason／理由／ Lí do

❷〈さんぽは ＼毎日、／［朝と 夜の ２回だ］〉と いうので、
　　　　　　　まいにち　　あさ　よる　　かい

　　　　　condition／条件／ điều kiện

大変だと 思ったら、] ＼全然／［そんなこと］は ない そうです。
たいへん　　おも　　　　　ぜんぜん　　　　　　　　　　　　hearsay／传说／ nghe nói

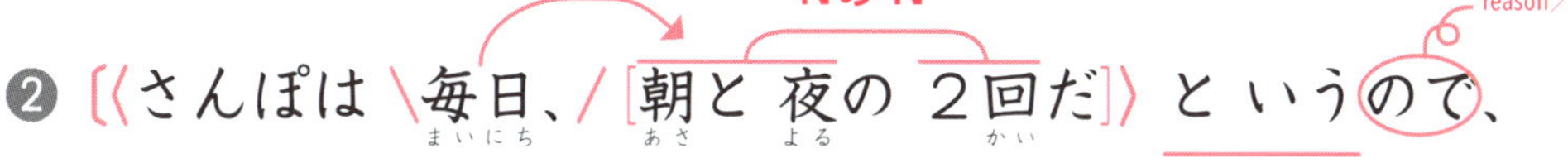

全然 ～ない

109

Lesson

37 命令形
めいれいけい

Imperative form
命令形
Dạng mệnh lệnh

　あきらさんに、どうして田中さんの 会社に 行こうと 思ったのか、聞きました。考え 始めたのは、去年の 秋ごろだ という ことです。❶夏に みんなで 山登りに 行った 時、しょうらい どんな 仕事を したいか、田中さんに 話したら、「じゃ、うちの 会社に 来い。」と 言われた そうです。それで、田中さんの 会社について よく 調べたら、自分の やりたい ことが できる 会社だと 思った そうです。でも、問題は 入れるか どうか、でした。❷そんなに 大きな 会社じゃないのに、人気が あって、入りたがる 人が 多いからです。心配させたく なかったので、田中さんには 何も 言わずに 試験を 受けた そうです。だから、田中さんも びっくりした ようです。

Akira-san ni, dōshite Tanaka-san no kaisha ni ikō to omotta no ka, kikimashita. Kangae hajimeta nowa, kyonen no akigoro toiu koto desu. ❶ Natsu ni minna de yamanobori ni itta toki, shōrai donna shigoto o shitai ka, Tanaka-san ni hanashitara, "Ja, uchi no kaisha ni koi." Tto iwareta sō desu. Sorede, Tanaka-san no kaisha nitsuite yoku shirabetara, jibun no yaritai koto ga dekiru kaisha da to omotta sō desu. Demo, mondai wa haireru ka dō ka, deshita. ❷ Sonna ni ōkina kaisha ja nai noni, ninki ga atte, hairitagaru hito ga ōi kara desu. Shinpai sasetaku nakatta node, Tanaka-san niwa nani mo iwazuni shiken o uketa sō desu. Dakara, Tanaka-san mo bikkuri shita yō desu.

Vocabulary

☐ 秋　*aki*：autumn／秋天／Mùa thu

☐ しょうらい　*shōrai*：future／将来／Tương lai

☐ 問題　*mondai*：problem／问题／Vấn đề

☐ びっくり（する）　*bikkuri(suru)*：be surprised／吃惊／Ngạc nhiên

🔑 命令形
めいれいけい
Imperative form／命令形／Dạng mệnh lệnh

Ｅ Represents an instruction or order.　**Ｃ** 表示指示及命令。　**Ｖ** Diễn tả chỉ thị và mệnh lệnh.

Ⅰグループ Group I／Ｉ組／Nhóm I	*-imasu → -e*	**EX** 読みます→読め、行きます→行け
Ⅱグループ Group II／Ⅱ組／Nhóm II	*-masu → -ro*	**EX** 食べます→食べろ、起きます→起きろ
Ⅲグループ Group III／Ⅲ組／Nhóm III		**EX** します→しろ、来ます→来い

🔑 V たがる　Want to V／想 V［欲求・傾向］／Muốn

🇪 Comes after the *masu*-form of a verb to represent a strong wish to do something.

🇨 附加在动词『ます形』后，表示强烈的希望。　🇻 Dùng với động từ thể MASU, thể hiện ước mong làm việc đó.

EX1 みんな 早く 帰り**たがって** います。（Everyone wants to go home early.／大家都希望早点儿回去。／ Mọi người muốn về sớm.）

EX2 妹 さんが 会い**たがって** いましたよ。（Your little sister wanted to meet you.／你妹妹很想见啊！／ Em gái muốn gặp đấy.）

🔑 〜ずに　Without 〜 ing／不〜、不要〜［不行动］／〜 Mà không

🇪 This means "without doing 〜." It takes the form「A（し）ないで Bする」, and is used in situations where something normal (A) is not done and (B) is done instead.

🇨 表示「〜（し）ないで」的意思。以「A（し）ないで Bする」表示「不做平时做的 A，而做 B 什么的」。

🇻 Có nghĩa là "không làm〜". Thường dùng với hình thức「A（し）ないで Bする」trong trường hợp "Không làm việc (A) như bình thường mà làm việc (B)".

EX1 彼は 何も 言わ**ずに** 行って しまいました。

（He went without saying anything.／他什么也没说就走了。／ Anh ấy đi mà chẳng nói năng gì.）

EX2 うちの むすこは よく 考え**ずに** 行動する んです。

（My son often acts without thinking.／我家儿子经常什么也不考虑就行动。／ Con trai tôi thường hành động mà không suy nghĩ.）

🔍 Focus on the Structure

❶〔〈＼夏に／＼みんなで／ 山登りに 行った 時、

《＼将来／ どんな 仕事を したいか、》田中さんに 話したら、〕

interrogative＋か／疑问词＋か／ từ nghi vấn＋か

「じゃ、［うちの 会社］に 来い。」と 言われた そうです。

Passive Form／被动形　hearsay／传说／nghe nói ／Dạng bị động

❷〔＼そんなに／［大きな 会社］じゃない**のに、**〕《人気が あって、》

（その会社に）

abbreviation／省略／lược bỏ

＝では

contradictory conjunction／逆接／ liên kết nghịch

↓《［入り**たがる** 人］が 多い》**から**です。

noun modifier／名词修饰／bổ nghĩa cho danh từ

reason／理由／Lí do

Lesson

38 ～ちゃう

～ちゃう [shortened form]
～ちゃう [短縮形]
～ちゃう [dạng rút gọn]

日本人は「きれい好き」と よく 言われます。学校では 毎日、その 日の 授業が 終わった あとに そうじを します。❶「みんなで 使う ものだから、きれいに 使って 大切に しよう」という 考え方からでしょう。町の 中も きれいで、あまり ゴミを 見ません。一年の 最後には、家や 会社で、「大そうじ」という 特別な そうじを します。いつも 使って いる ところを 全員で、時間を かけて、きれいに します。そして、新しい 年を むかえます。

そうじだけでは ありません。外から 家に 帰ると、くつを ぬぎ、手を 洗います。おふろも 毎日 入ります。レストランでは、席に すわると、「おしぼり」という 小さな タオルの ような ものが 出されます。それで 手を きれいに する ことが できます。このような 例は、ほかにも たくさん あります。

きれいな ことは いい ことです。でも、「きれいじゃないと、だめ」と、あまり 思わない ほうが いいです。つかれちゃいますから。❷「もう 少し きれいな ほうが いいけど、これでも いい」と 思えたら、楽です。どうですか。

Nihonjin wa "kirē zuki" to yoku iwaremasu. Gakkō dewa mainichi, sono hi no jugyō ga owatta ato ni sōji o shimasu. "Minna de tsukau mono dakara, kirē ni tsukatte taisetsu ni shiyō." toiu kangae kata kara deshō. Machi no naka mo kirē de, amari gomi o mimasen. Ichi-nen no saigo niwa, ie ya kaisha de, "Ōsōji" to iu tokubetsu na sōji o shimasu. Itsumo tsukatte iru tokoro o zen'in de, jikan o kakete, kirē ni shimasu. Soshite, atarashī toshi o mukaemasu.

Sōji dake dewa arimasen. Soto kara ie ni kaeru to, kutsu o nugi, te o araimasu. O-furo mo mainichi hairimasu. Resutoran dewa, seki ni suwaru to, "o-shibori" toiu chīsana taoru no yō na mono ga dasaremasu. Sorede te o kirē ni suru koto ga deimasu. Konoyōna rē wa, hoka nimo takusan arimasu.

Kirēna koto wa ī koto desu. Demo, "Kirē ja nai to, dame" to, amari omowanai hō ga ī desu. Tsukarechai masu kara. "Mō sukoshi kirēna hō ga ī kedo, kore demo ī." to omoetara, raku desu. Dō desu ka?

Vocabulary

- □ 特別（な）　*tokubetsu(na)*：special／特別／Đặc biệt (tính từ đuôi NA)
- □ 全員　*zen'in*：all people／全体／Tất cả mọi người
- □ ぬぐ　*nugu*：take off／脱／Cởi ra
- □ おふろ　*o-furo*：bath／洗澡／Nhà tắm
- □ 席　*seki*：seat／座位／Chỗ ngồi
- □ ほか　*hoka*：other／别的／Ngoài ra

〜ちゃう［短縮形 shortened form／短缩形／dạng rút gọn］

- **E** A conversational expression that is a shortening of「〜てしまう」.
- **C** 是「〜てしまう」的缩短会话表现。
- **V** Là mẫu câu rút gọn, dùng trong văn nói của「〜てしまう」.

EX1 けさ、ねぼうし**ちゃいました**。
(I overslept this morning.／今天早上睡懒觉了。／Sáng nay, tôi trót ngủ dậy muộn.)

EX2 女の 人に そんな ことを 言っ**ちゃった**ん ですか。
(You shouldn't have said that to a woman.／不能对女性说那样的话。／Không được nói thế với phụ nữ.)

🔍 Focus on the Structure

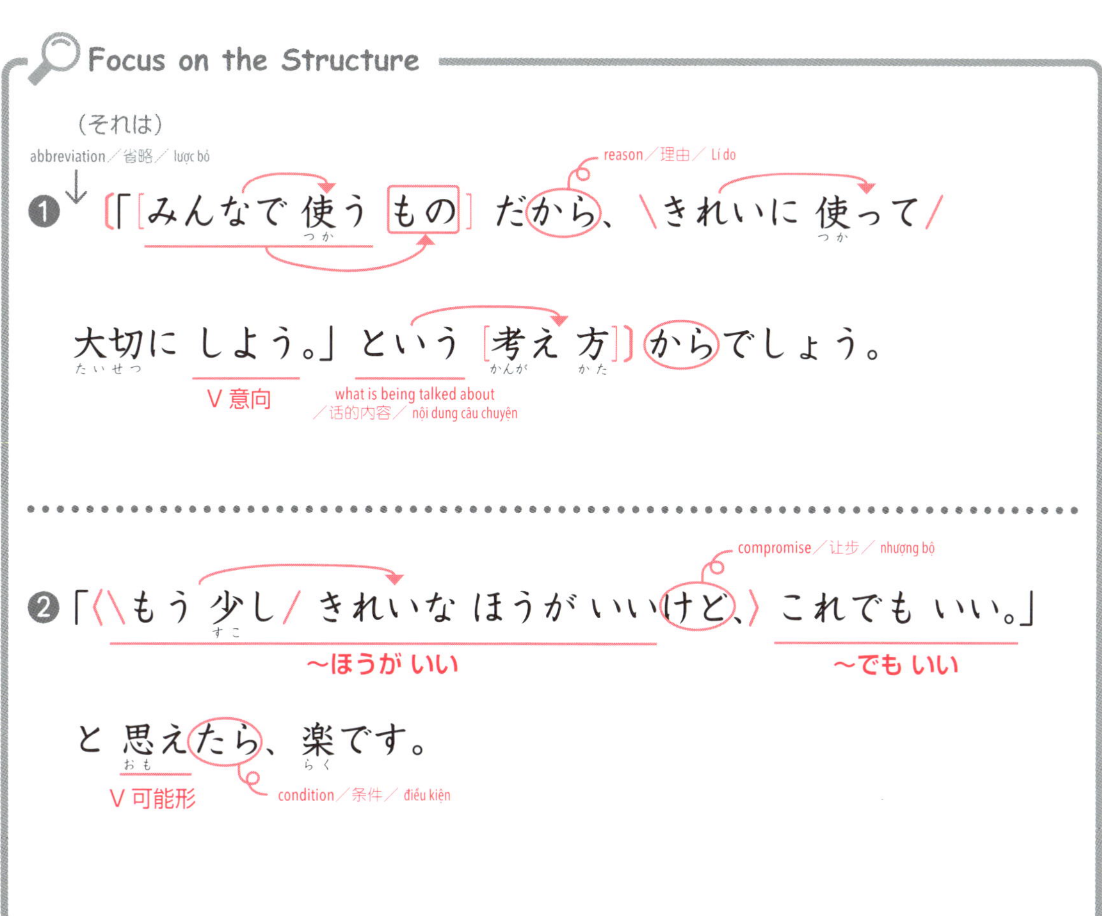

Lesson
39 ～なら
If ～
［仮定条件］
～ Nếu là

Grammar Target
◆ ～ていく
◆ ～なら

今日は 本当に うれしい 日です。田中さんが 結婚する ことに なり、わたしと さくらさんと あきらさんを 式に 呼んで くれたのです。田中さんの 奥さんに なる 人は、同じ 会社の 社員で、前に、わたしの 国へ 旅行した 人でした。

さくらさんは 着物を 着て 来て、とても きれいでした。あきらさんも、いつもと 全然 違って いました。スーツを 着て、話し方も ていねいで、けっこう かっこよかったです。田中さんの 家族にも、今日、初めて 会いました。皆さん、とても 優し そうな 方たちでした。

田中さんの 奥さんは、結婚したあとも、また、子どもが できてからも、仕事を 続けたいと 言いました。❶田中さんも、そうできるよう、二人で がんばって いく つもりだと 言いました。❷二人なら、きっと 幸せな 家庭を つくって くれると 思いました。

Kyō wa hontōni ureshī hi desu. Tanaka-san ga kekkon suru koto ni nari, watashi to Sakura-san to Akira-san o shiki ni yonde kureta no desu. Tanaka-san no okusan ni naru hito wa, onaji kaisha no shain de, maeni, watashi no kuni he ryokō shita hito deshita.

Sakura-san wa kimono o kite kite, totemo kirē deshita. Akira-san mo, itsumo to zenzen chigatte imashita. Sūtsu o kite, hanashikata mo tēnē de, kekkō kakko yokatta desu. Tanaka-san no kazoku nimo, kyō, hajimete aimashita. Minasan, totemo yasashi sō na kata tachi deshita.

Tanaka-san no okusan wa, kekkon shita ato mo, mata, kodomo ga dekite kara mo, shigoto o tsuzuketai to īmashita. ❶Tanaka-san mo, sō dekiru yō, futari de ganbatte iku tsumori da to īmashita. ❷Futari nara, kitto shiawase na katē o tsukutte kureru to omoimashita.

Vocabulary

☐ 式　*shiki*：ceremony／仪式／Lễ

☐ ［式に］呼ぶ　*yobu*：invite／邀请／mời

☐ 前に　*mae ni*：before／以前／Trước đây

☐ 着物　*kimono*：kimono／和服／Kimono

☐ スーツ　*sūtsu*：suit／西装／Vest

☐ ていねい（な）　*tēnē(na)*：polite／郑重／Lịch sự (tính từ đuôi NA)

☐ かっこいい　*kakkoī*：cool／酷／Lịch lãm, ra dáng

☐ 優しい　*yasashī*：kind／温和／Hiền lành

☐ 幸せ（な）　*shiawase(na)*：happy／幸福／Hạnh phúc (tính từ đuôi NA)

🔑 ～て いく　Continue to ～／～下去［変化的傾向］／～ Còn tiếp tục

E Represents that an action or change will continue on.

C 表示今后其动作及变化也会持续下去。　　**V** Mẫu câu chỉ động tác, sự thay đổi sẽ còn kéo dài nữa.

EX1 もっと 上手に なれるよう、努力して いく つもりです。
じょう ず　　　　　　　　　　どりょく
(I plan to continue to work hard in order to become better.／为了有更大的进步，打算继续努力。／ Tôi muốn tiếp tục nỗ lực để có thể giỏi hơn nữa.)

EX2 この 作家は、これから 有名になって いくでしょう。
さっか　　　　　　　　　ゆうめい
(I'm sure this author is going to continue to become more famous.／这个作家今后会更有名的。／ Nhà văn này chắc hẳn sẽ còn nổi tiếng nữa.)

🔑 ～なら　If ～／［假定条件］／～ Nếu là

E An expression that indicates a hypothesis or condition and is followed by a judgment. Comes after nouns, adjectives, and the dictionary form of verbs.

C 表示假定条件，后续判断。接名词、形容词及动词原形。

V Là mẫu câu điều kiện giả định, vế sau thường là câu nhận định. dùng với danh từ, tính từ, động từ dạng từ điển.

EX1 飲み物なら、もう 買って あります。
の　もの　　　　　　　か
(If it's drinks you're talking about, they've already been purchased.／喝的已经买好了。／ Nếu là đồ uống thì đã mua rồi.)

EX2 歯医者なら、いい ところを 知って います。
は いしゃ　　　　　　　　　し
(If it's dentists you're talking about, I know a good place.／牙医的话，我知道一个好的牙科医院。／ Nếu là nha sĩ thì tôi biết chỗ rất tốt.)

EX3 留学するなら、若い 時が いいです。
りゅうがく　　　　　わか　とき
(If you're going to study abroad, it's better to do it while you're young.／留学的话，年轻时去好。／ Nếu đi du học thì nên đi lúc còn trẻ.)

🔍 Focus on the Structure

❶ 田中さんも、〔＼そう できるよう、／
　たなか
subject／主语／ chủ ngữ　　　　　　goal／目的／ mục đích

〈二人で がんばって いく〉 つもりだ〕 と 言いました。
　ふたり　　　　　　　　　　　　　　　　　　い
　　　　　V ていく　　　　～つもり　　　predicate／谓语／ vị ngữ
　　　　　　　　　　intention／意志／ ý chí

❷ 〈二人なら〉、〈＼きっと／［幸せな 家庭］を つくって くれる〉 と
　ふたり　　　　　　　　　しあわ　　　か てい
condition／条件／điều kiện　　　　　　　　　　V て くれる

思いました。
おも

115

Lesson

40 〜ことが ある　Can sometimes 〜
有〜［可能性］
〜 Có khi

日本人は サクラが 大好きです。サクラは、山などに 自然に ある だけでなく、町の 中にも たくさん 植えられて います。その ため、サクラが 咲く きせつには、日本中で サクラの 花を 見る ことが できます。サクラが 咲くのは、だいたい、3月の 終わり ごろから 4月の 始めごろです。❶長く 寒い 日々が 続いたあと、だんだん 暖かくなり、人の 気持ちも 明るくなって いく ころで す。日本の 学校や 会社の 多くは、4月から 新しい 一年が 始ま るので、卒業や 入学の きせつです。何かが 終わり、何かが 始 まる のです。

❷サクラの 花は、そのように 人の 生活や 気持ちの 変化と 関 係を 持って きました。だからでしょう。歌の 中に サクラが 出 て くる ことが よく あります。また、昔は よく、入学試験に 合 格した ことを 電報で「サクラサク」、不合格だった ことを「サ クラチル」と 伝えた そうです。今でも、メールで そう してい る かもしれません。

Nihonjin wa sakura ga daisuki desu. Sakura wa, yama nado ni sizen ni aru dake denaku, machi no naka nimo takusan uerarete imasu. Sonotame, sakura ga saku kisetsu niwa, Nihon jū de sakura no hana o miru koto ga dekimasu. Sakura ga saku nowa, daitai, san-gatsu no owari goro kara shi-gatsu no hajime goro desu. ❶Nagaku samui hibi ga tsuzuita ato, dandan atatakaku nari, hito no kimochi mo akaruku natte iku koro desu. Nihon no gakkō ya kaisha no ōku wa, shi-gatsu kara atarashī ichinen ga hajimaru node, sotsugyō ya nyūgaku no kisetsu desu. Nanika ga owari, nanika ga hajimaru no desu.

❷Sakura no hana wa, sonoyō ni hito no sēkatsu ya kimochi no henka to kankē o motte kimashita. Dakara deshō. Uta no naka ni sakura ga dete kuru koto ga yoku arimasu. Mata, mukashi wa yoku, nyūgaku shiken ni gōkaku shita koto o denpō de "Sakura saku", fugōkaku datta koto o "Sakura chiru" to tsutaeta sō desu. Ima demo, mēru de sō shiteiru kamoshiremasen.

Vocabulary

☐ サクラ　*sakura*：cherry blossoms／櫻花／Hoa anh đào

☐ 自然に　*shizen ni*：naturally／自然地／Một cách tự nhiên

☐ 植える　*ueru*：plant／种植／Trồng

☐ 日々　*hibi*：days／日子／Những ngày

☐ 卒業(する)　*sotsugyō(suru)*：to graduate／毕业／Tốt nghiệp

☐ 合格(する)　*gōkaku(suru)*：to pass／合格／Đỗ

☐ 入学(する)　*nyūgaku(suru)*：to enroll／入学／Nhập học

☐ 不合格　*fugōkaku*：to fail; to be rejected／不合格／Trượt

☐ 生活(する)　*sēkatsu(suru)*：to live／生活／Đời sống

☐ 電報　*denpō*：telegram／电报／Điện báo

☐ 関係(する)　*kankē(suru)*：to be related／关系／Liên quan

☐ 伝える　*tsutaeru*：communicate／传达／Truyền đạt

🔑 〜ことが ある　Can sometimes ／有〜[可能性]／〜 Có khi

🇪「〜ことが ある」comes after the dictionary form of a verb to represent that it may happen in some cases.

🇨「〜ことが ある」附在动词的原形后，表示有那样的情况发生。

🇻 Mẫu câu「〜ことが ある」dùng với động từ dạng từ điển để chỉ việc có trường hợp như vậy.

> **EX1** バスは おくれる ことが あるから、注意して ください。
> ちゅうい
> (The bus can sometimes be late, so please be careful.／公交车有晚点的时候，请注意。／ Có khi xe buýt đến muộn nên hãy chú ý.)
>
> **EX2** 先生でも、たまに まちがえる ことが あります。
> せんせい
> (Even teachers can occasionally be wrong.／老师有时也有搞错的时候。／ Ngay cả giáo viên thi thoảng cũng có lúc sai.)

🔍 Focus on the Structure

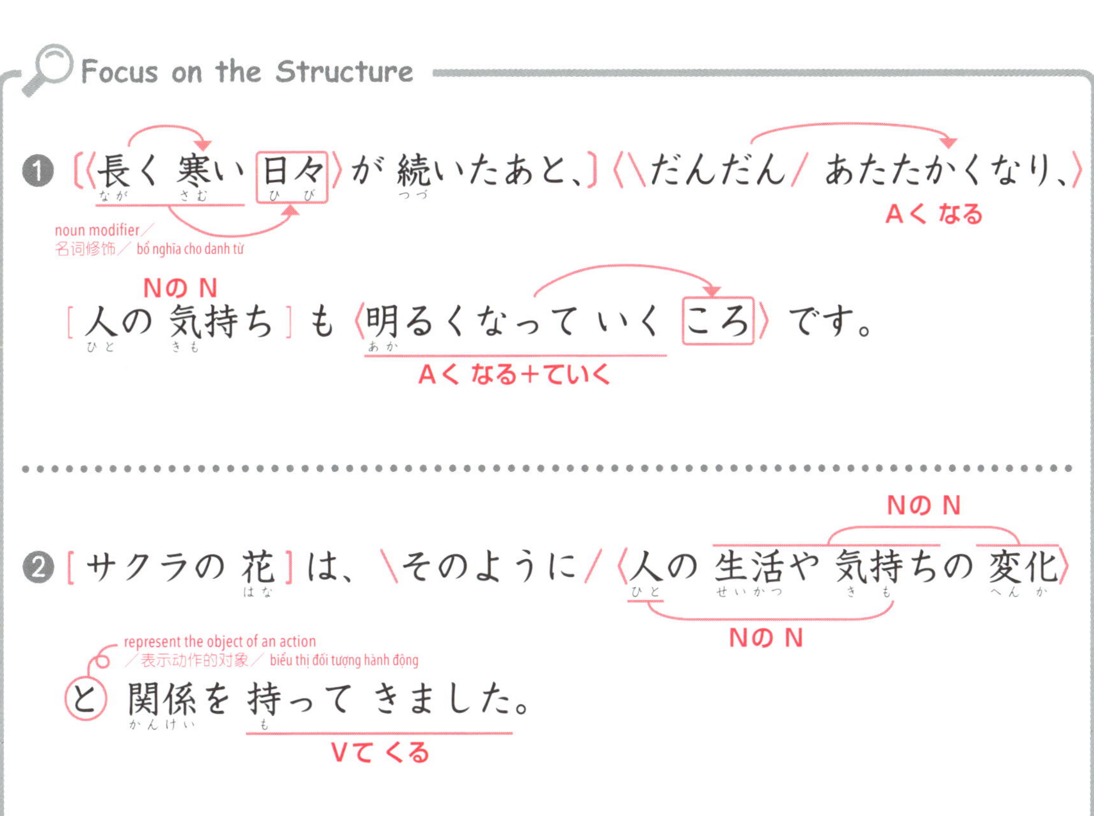

ふくしゅう　§4 (Lesson 31-40)

I つぎの　❶〜❻の　＿＿＿に　合う　ものを　a〜gの　中から　えらんで、文を　つくりましょう。

Choose what best goes in blanks ❶〜❻ from a〜g to create a sentence.
请从a〜g中选择适合下面❶〜❻的 ____ 进行造句。
Chọn một từ hoặc một cụm từ trong a〜g để điền vào chỗ ____ trong câu ❶〜❻ và hoàn thành câu.

❶ わたしは　その　鳥を　＿＿＿＿＿＿＿＿＿＿＿＿＿＿。

❷ 勉強しないで　遊んで　ばかり　いたので　＿＿＿＿＿＿＿＿＿＿＿＿＿。

❸ 田中さんに　聞けば　＿＿＿＿＿＿＿＿＿＿＿。

❹ 暑かったので　＿＿＿＿＿＿＿＿＿＿。

❺ その　犬は　駅の　前で　ずっと　＿＿＿＿＿＿＿＿＿＿＿。

❻ 町の　中も　きれいで　＿＿＿＿＿＿＿＿＿＿。

a. 彼の　帰りを　待ち続けた　そうです　　b. わかるだろうと　思います
c. あまり　ゴミが　落ちていません　　d. 親は　かなり　心配した　そうです
e. 返事を　待って　いる　ところです　　f. アイスコーヒーに　しました
g. 見た　ことが　ありません

II （　）の　中に　入れる　ことばを　a〜dから　えらびましょう。

Choose words to put in (　) from a〜d.
请从a〜d中选择正确的词语填入(　)内。
Chọn một từ hoặc một cụm từ trong a〜d để điền vào chỗ(　).

❶ 中学生の　ころは、本を　読んで　（　　　）いました。

a. おいて　　　b. ばかり　　　c. だけ　　　d. ぐらい

❷ やさい（　　　）くだものとかを　買いました。

a. とか　　　b. だけ　　　c. ため　　　d. かも

❸ この　町は　京都（　　　）有名では　ありません。
まち　きょうと　　　　　　ゆうめい

　a．でも　　　　　　　　b．のに　　　　　　　c．ほど　　　　　　d．まで

❹ ちょうど　犬の　散歩を　して　いる（　　　）でした。
いぬ　さんぼ

　a．ために　　　　　　b．ところ　　　　　　c．ばかり　　　　　d．らしい

❺ この　二人（　　　）きっと　幸せな　家庭を　つくると　思います。
ふたり　　　　　　　しあわ　かてい　　　　　　おも

　a．しか　　　　　　　b．でも　　　　　　　c．なら　　　　　　d．には

Ⅲ つぎの　❶～❺の　＿＿＿＿に　合う　ものを　a～fの　中から　えらんで、文を　つく
あ　　　　　　　なか　　　　　　ぶん
りましょう。

Choose what matches the following ＿＿ marks ❶～❺ from a～f to create a sentence.
请从 a～f 中选择适合下面❶～❺的 ＿＿ 进行造句。
Chọn một cụm từ trong a～f để điền vào chỗ ＿＿ trong câu ❶～❺ và hoàn thành câu.

❶ ＿＿＿＿＿＿＿＿＿＿＿＿＿＿＿＿　今日は　会えなくても　かまわない。
きょう　あ

❷ ＿＿＿＿＿＿＿＿＿＿＿＿＿＿＿＿　なにかの　音が　しました。
おと

❸ ＿＿＿＿＿＿＿＿＿＿＿＿＿＿＿＿　あまり　本を　読みません。
ほん　よ

❹ ＿＿＿＿＿＿＿＿＿＿＿＿＿＿＿＿　ずっと　続けたいと　思って　います。
つづ　　　おも

❺ ＿＿＿＿＿＿＿＿＿＿＿＿＿＿＿＿　お店は　込んで　いないだろう。
みせ　こ

---

　a．早く　帰りたがっているが　　　　b．弟は　ゲームばかり　して　いて
はや　かえ　　　　　　　　　　　　おとうと

　c．この　仕事が　好きなので　　　　d．来週　また　行くから
しごと　す　　　　　　　　　らいしゅう　い

　e．2階の　ほうで　　　　　　　　　f．昼ごはんには　少し　早いので
かい　　　　　　　　　　　　　ひる　　　すこ　はや

モデル文章の 訳

Model Sentence Translations
模式文章的翻译
Phần dịch của đoạn văn mẫu

Lesson 31

E I met Akira-san in the evening in front of the university's library. ❶ Akira-san was with a friend, and I had returned a borrowed book and was on my way home. ❷ He then said that they were going to go to karaoke, and invited me to go with them. Since I did not have anything in particular to do today and I love singing, I decided to go. I was asked by Akira-san's friend about what kind of music I sing, and I replied, "Things like songs from my country and American songs. I also sing songs from Japanese anime," and he said, "Those all sounds great. Please let me hear them."

More people joined us later, and we had a group of ten in total. The room was probably the largest type the store had. It was my first time singing in front of a large group of people, and it was embarrassing. Also, it got suddenly quiet when I sang, making it a little difficult to sing. But it was very fun.

C 傍晚，在大学的图书馆前边遇见了 AKIRA。❶正好 AKIRA 跟朋友一起，我还完书要回去时遇见的。❷于是他问我说，我们现在去唱卡拉 OK，不一起去吗？我今天没有什么特别的事情，又喜欢唱歌，所以决定跟他们一起去了。AKIRA 的朋友问我唱什么歌儿？我回答说「唱我国家的歌啦、美国歌啦、还有日本动漫的歌儿。」，他说「哪个都行，一定给我们唱一首。」。

后来又来了几个人，一共 10 个人。那个房间可能是那家店最大的。我头一次在那么多人前唱歌儿，有点不好意思，再加上我唱的时候，大家突然都静了下来，所以很难唱。不过非常开心。

V Chiều tối, tôi gặp Akira ở trước thư viện của trường đại học. ❶ Akira đi cùng bạn, còn tôi thì đang chuẩn bị về sau khi trả sách mượn của thư viện. ❷ Akira và bạn sắp đi hát karaoke, thế là tôi được rủ có đi cùng không. Hôm nay tôi không có việc bận, lại rất thích hát nên tôi quyết định đi. Được bạn của Akira hỏi hát bài gì, tôi trả lời là "Bài hát của nước tôi hay là bài hát của Mỹ. Tôi hát cả bài trong phim hoạt hình của Nhật" thì được bảo "Bài nào cũng hay. Nhất định cho tớ nghe nhé".

Sau đó, số người tăng lên, tất cả là 10 người. Tôi nghĩ đó là loại phòng lớn nhất ở quán. Đây là lần đầu tiên hát trước đông người nên tôi hơi xấu hổ. Đã vậy, lúc tôi hát, đột nhiên mọi người đều im lặng nên tôi hơi khó hát. Nhưng buổi hát karaoke rất vui.

Lesson 32

E ❶ When I study in my apartment room, I sometimes hear a strange bird cry. It is a cry that sounds like, "*Hoo-hoho-hoo.*" ❷ I wondered what kind of bird it is and looked for it many times, but I never saw it. Then today, after classes, I asked sensei what kind of bird it is. Then sensei told me, "Oh, that is probably an Oriental turtle dove. It is a dove that lives in the mountains." I asked sensei what the bird sounds like. He replied, "Well... In my case, it sounds like *hoo-hoo-ho-hohoo*. But people also say it sounds like *dede-po-poo*."

C ❶在公寓的房间里学习时，常常听到小鸟的怪怪的啼叫声，是「ホーホホッホー」的叫声。❷想知道是什么鸟，找了好几遍，还是没找到。今天上完课，我问老师那是什么鸟，老师告诉我说「啊，那一定是山斑鸠！是栖息在山上的鸽子。」。我问老师，那鸟怎么叫？老师回答说「这个…，我听到的是ホーホーホッホホー，可是常听人说是デデッポッポー」。

V ❶ Hễ tôi học bài ở phòng trọ là thỉnh thoảng lại nghe thấy có tiếng chim hót lạ. Tiếng hót "hoo-ho-hop-hoo". ❷ Không biết là chim gì, tôi đã thử tìm vài lần nhưng chưa bao giờ thấy. Vì thế, hôm nay, sau khi giờ học kết thúc, tôi hỏi thầy giáo là chim gì. Thầy giáo cho tôi biết là "À, đó chắc chắn là chim bồ câu núi rồi. Loài chim bồ câu sống ở trên núi". Tôi thử hỏi là thầy nghe thấy chim hót thế nào. Thầy trả lời là "Phải rồi…Trường hợp của thầy thì là hoo-hoo-hop-hoo. Nhưng hình như cũng có nhiều người nói là dedepopoo".

Lesson 33

E When Einstein was a child, he had trouble learning how to speak. He did not speak until he was four years old, and it was not until he was 9 that he was able to speak normally. ❶ He was unable to study at school as well, always thinking quietly about something, and it seems his parents were quite worried. But he was passionate about the things he liked. He was good at mathematics and music. He was good at the violin, and in particular he loved the beautiful music of Mozart. ❷ In addition to music, he also must have found something he considered beautiful in math, too.

It seems he was not suited to the rules and regulations made by people. He entered a school that would allow him to go to college (one where you study for nine years after graduating elementary school), but he quit midway. But the whole time, he was always reading science books. He also had his uncle Jakob, who worked at an electronics factory, show him machines and specialized technology, which he had a strong interest in.

Ⓒ爱因斯坦小时候，说话很晚。到 4 岁还不会说话，9 岁才开始会说话。❶在学校学习也不好，总是静静地在想什么。他父母非常担心。不过,他很专心地做他喜欢的事。他很擅长数学和音乐,小提琴拉得很好,特别喜欢莫扎特的优美的乐曲。❷ 他不仅从音乐中，还从数学中发现了美好。

他不擅长人制定的规则，虽然进了可以直接考入大学的学校（小学毕业后再读 9 年），可是，中途退学了。但他却一直在看科学方面的书。他还请在电气工厂工作的亚克布叔叔给他看机械及传授专业技术，对这方面有很浓厚的兴趣。

Ⓥ Einstein hồi nhỏ mãi không nhớ được từ ngữ. 4 tuổi ông vẫn chưa biết nói, đến khoảng 9 tuôi ông mới nói chuyện được bình thường.❶ Ở trường ông cũng không học được, chỉ toàn lặng lẽ suy nghĩ gì đó khiến bố mẹ khá lo lắng. Nhưng ông lại nhiệt huyết với thứ mình thích. Ông rất giỏi toán và âm nhạc. Ông chơi đàn vĩ cầm hay, đặc biệt thích yêu thích thứ âm nhạc đẹp tuyệt của Mozart. ❷ Hẳn là không chỉ âm nhạc mà ông còn tìm thấy nhiều thứ đẹp đẽ trong toán học.

Ông rất kém những quy tắc do con người tạo ra. Tuy vào được trường có thể lên thẳng đại học (tốt nghiệp tiểu học xong sẽ học 9 năm) nhưng giữa chừng thì ông bỏ. Là người như vậy nhưng ông đọc nhiều sách khoa học. Được chú Jacob làm ở nhà máy điện cho xem máy móc và kỹ thuật chuyên môn, ông bắt đầu ham muốn tìm hiểu.

Lesson ㉞

Ⓔ Today, I went to an art museum in Ueno with Wang-san. ❶ While Wang-san said it probably wouldn't be crowded because it was raining today, that was not the case. In fact, it was very crowded, and it took time to see the art, so I got a little tired. After seeing the art, we ate lunch at a restaurant inside the museum. Both of us decided to have the vegetable curry, a popular menu item. When we were done it was already 2:30, and we were surprised. ❷ After that, we went to a store and bought five picture postcards with our favorite art on it.

Ⓒ今天跟小王去了上野美术馆。❶小王说今天下雨人不会太多吧,可是,根本不是那么回事,相反人更多了。花了很长时间,有点儿累了。看完画，在美术馆的餐厅吃了午饭，我们俩都要了这家店有人气的蔬菜咖喱。吃完的时候已经 2 点半了，我们都吃了一惊。❷之后我们去了小卖店买了 5 张印有喜欢的画儿的明信片。

Ⓥ Hôm nay, tôi cùng Wan đến bảo tàng mỹ thuật ở Ueno. ❶ Wan bảo hôm nay trời mưa nên chắc không đông đâu nhưng không có chuyện như vậy. Ngược lại còn rất đông nên xem vừa mất thời gian vừa hơi mệt. Xem tranh xong, chúng tôi ăn trưa ở nhà hàng bên trong bảo tàng. Cả hai đều chọn món cà ri rau, thực đơn được ưa thích của nhà hàng. Ăn xong cả hai đều giật mình vì đã 2 giờ rưỡi. ❷ Sau đó chúng tôi đến cửa hàng và mua 5 tấm bưu thiếp có bức tranh mà mình thích.

Lesson ㉟

Ⓔ Kobe is a port city located about thirty kilometers west of Osaka. The Port of Kobe is about as big as the Port of Yokohama. ❶ The Port of Kobe has a very long history, and trade with foreign countries has taken place there since long ago, making it "The entryway to Japan" for a long time. Kobe is not as famous as Kyoto, and it is not as big as Osaka. However, many people come to visit it each year. The city of Kobe has the port to its front and Mount Rokko, which runs from east to west, to its back. This is why it is known for its beautiful scenery. It is also famous for its delicious snacks and its "Kobe Beef." ❷ As many people and things come to Kobe from overseas, a culture has been created there that does not exist anywhere else.

Ⓒ神户是位于大阪向西 30 公里处的一个港口城市。神户港跟横滨港一样都是知名的大港。❶神户港历史很悠久，自古就与国外有贸易往来，有“日本的大门”之称，并延续至今。虽然神户没有京都那么有名，也没有大阪那么大，但每年都有大量的游客来神户观光。神户前边有神户港,后边有贯穿东西的六甲山,所以以风景之美而闻名。美味的糕点及“神户牛”也很有名。❷因为有很多外国人及货物流入神户，所以也形成了神户独特的文化。

Ⓥ Kobe là thành phố cảng cách Osaka khoảng 30km về phía tây. Cảng Kobe là cảng lớn tương đương với cảng Yokohama. ❶ Cảng Kobe có lịch sử lâu đời, giao thương với nước ngoài từ ngày xưa và luôn là "cửa ngõ của Nhật Bản". Kobe không nổi tiếng như Kyoto, không lớn như Osaka. Nhưng hằng năm có rất nhiều người tới du lịch. Thành phố Kobe, phía trước có biển, phía sau có dãy núi Rokko chạy từ đông sang tây. Vì thế Kobe được biết đến là nơi có cảnh đẹp. Các loại bánh và "thịt bò Kobe" cũng nổi tiếng. ❷ Do có nhiều thứ và người từ nước ngoài vào nên Kobe đã sản sinh ra một nền văn hóa mà nơi khác không có.

Lesson 36

E I was passing close by to Sakura-san's home today, so I tried stopping by but she was not there. ❶ She was just out walking a dog, but she came back in no time. When I asked her about the dog, it was her neighbor's dog. It sounds like she was asked to look after it while they are on vacation. She walks the dog twice every day, in the morning and at night, and when I thought that would be a lot of work, she said it wasn't at all. ❷ She said, "I was told at the start that this dog is already an old man, so I don't have to walk him for a long time. Also, I love dogs." She said it was harder to water the trees and flowers in the garden. Indeed, it was an magnificent garden.

C 今天路过 SAKURA 家，顺便去看看她，可是她不在。❶正好她带狗散步去了，马上就回来了。听说是旁边家的狗，旅行期间请 SAKURA 帮忙照顾。SAKURA 说，一天早晚要带它散步两次，本以为会很麻烦，但一点儿也不觉得。❷她说「开始说这狗是条老狗，不用散很长时间步，加上我又特别喜欢狗，就答应了。」，跟带狗散步比，给院子里的树喝花浇水倒觉得很麻烦。的确院子很漂亮。

V Hôm nay, tôi đi ngang qua nhà Sakura nên thử ghé qua thì cô ấy không có nhà. ❶ Đúng lúc cô ấy đang dắt chó đi dạo nhưng cô ấy về ngay. Hỏi ra thì biết đó là chó nhà bên cạnh. Họ nhờ cô ấy chăm sóc trong lúc đi du lịch. Một ngày phải dắt đi dạo 2 lần vào buổi sáng và buổi tối nên tôi nghĩ chắc là vất vả nhưng nghe nói không hề như vậy. ❷ Sakura bảo: "Ban đầu họ đã dặn tớ. Con chó này lên lão rồi nên không cần cho đi dạo lâu. Với lại tớ rất thích chó". Cô ấy nói tưới nước cho cây và hoa trong vườn còn mệt hơn. Đúng là vườn nhà cô ấy hoành tráng thật.

Lesson 37

E I asked Akira-san why he thought of going to Tanaka-san's company. He said he first thought about it around last autumn. ❶ When we went to climb a mountain together, he talked to Tanaka-san about what kind of job he wanted to do in the future, and it seems Tanaka-san said, "Then come to our company." He then did a lot of research about Tanaka-san's company and thought it was a company where he could do what he wanted to do. But the question was whether he could get in or not. ❷ This is because it is not that big of a company, yet it is popular and many people want to join it. He did not want to worry Tanaka-san, so it sounds like he took the entrance test without saying a thing to him. That is why Tanaka-san was surprised too.

C 我问 AKIRA 为什么想进田中的公司，他说是从去年秋天开始有了这个想法。❶听说夏天大家去登山时，AKIRA 对田中说将来做什么工作好呢？田中说「那来我们公司吧」。听说后来有关田中公司他仔细的查了一下，觉得是自己想做的工作的公司，但问题是能不能进去。❷听说虽然不是那么大的公司，可是很有人气，想进的人很多。因为不想让田中担心，什么也没对他说就参加考试了。所以田中大吃一惊。

V Tôi hỏi Akira là tại sao cậu ấy lại muốn tới công ty của Tanaka. Nghe nói cậu ta bắt đầu suy nghĩ từ mùa thu năm ngoái.❶ Mùa hè, lúc mọi người cùng đi leo núi, cậu ta nói chuyện với Tanaka về tương lai muốn làm công việc gì thì được Tanaka bảo "Vậy thì đến công ty mình đi". Thế là cậu ta tìm hiểu về công ty của Tanaka và thấy đó là công ty có thể làm được điều mà cậu ta thích. Nhưng vấn đề là có vào được hay không. ❷ Bởi tuy đó không phải là một công ty quá lớn nhưng được ưa thích nên có nhiều người muốn vào. Vì không muốn Tanaka lo lắng nên cậu ta dự thi mà chẳng nói gì. Vì vậy hình như Tanaka cũng ngạc nhiên.

Lesson 38

E It is often said that Japanese people love cleanliness. Every day at school, once the day's classes are done, they clean. ❶This must be part of the idea that says, "Since we all use this together, let us use it cleanly and value it." Town streets are also clean, and you do not see much garbage. At the end of each year, homes and businesses do a special kind of cleaning called "*Ōsōji*" Everyone spends time cleaning the places they always use before beginning the coming year.

This does not just go for cleaning. When coming back home after going out, they take their shoes off and wash their hands. They also take baths every day. At restaurants, a small towel called an "*oshibori*" is given out after sitting down. You can use this towel to clean your hands. There are many other similar examples.

It is good to be clean. But I think it's better to not think too much that something is bad because it isn't clean, because it will make you tired. ❷It is easier to think, "It would be better if it was a little more clean, but this is fine too." What do you think?

C 都说日本人「爱干净」，学校每天上完课后都要清扫。**❶**这可能是来源于「因为是大家用，所以应该保持清洁，珍惜使用。」这种国民意识吧。街道上也很干净，很少看见有垃圾。年终各家各户及公司都要进行「大扫除」这种特别的扫除。大家经常使用的场所，大家一起花时间打扫干净，然后迎接新的一年的到来。

不光是扫除，从外边回到家，要马上脱鞋、洗手，每天都要洗澡。在餐馆，客人一座下就送来「擦手小毛巾」，用它把手擦干净。像这样的例子还有很多。

干净是件好事。但也不应该觉得「不干净就不行」，因为那样会觉得太累。**❷**如果觉得「再干净点儿更好，不过这样也行。」的话，就会很轻松。你们觉得怎么样？

V Người Nhật hay bị nói là "ưa sạch sẽ". Ở trường, hằng ngày sau khi học xong, các em học sinh sẽ làm vệ sinh. **❶** Điều này có lẽ bắt nguồn từ suy nghĩ "Vì mọi người dùng chung nên hãy dùng sạch và giữ cẩn thận". Đường phố cũng rất sạch sẽ, không nhìn thấy rác mấy. Cuối năm, ở nhà và công ty đều có đợt làm vệ sinh đặc biệt gọi là "tổng vệ sinh". Tất cả mọi người dành thời gian để làm sạch chỗ sử dụng hằng ngày. Và sau đó đón năm mới.

Không chỉ riêng vệ sinh. Khi từ bên ngoài về nhà, người Nhật sẽ cởi giày và rửa tay. Người Nhật cũng tắm hằng ngày. Ở nhà hàng, ngồi vào ghế là được đưa cho một thứ giống cái khăn nhỏ gọi là "Oshibori". Có thể dùng cái đó để lau sạch tay. Ngoài ra còn có rất nhiều ví dụ khác giống như vậy.

Sạch sẽ là điều tốt. Nhưng không nên nghĩ "không sạch thì không được". Vì sẽ rất mệt. **❷** Nghĩ "Sạch hơn chút nữa thì tốt nhưng thế này cũng được rồi" thì sẽ nhàn hơn. Bạn nghĩ sao?

Lesson ㊳

E Today is a truly happy day. Tanaka-san was getting married, and Sakura-san, Akira-san, and I were invited to the ceremony. The person who was to become Tanaka-san's wife works at the same company as him, and she is the person who took a trip to my country.

Sakura-san wore a kimono and looked very beautiful. Akira-san also looked different from normal. He wore a suit and spoke politely, and he seemed quite cool. I also met Tanaka-san's family today for the first time. They all seemed like kind people.

Tanaka-san's wife said that she wanted to continue working after getting married and even after having children. **❶** Tanaka-san also said that he plans to work hard together with her to make it happen. **❷** I thought that if it's the two of them, they will surely be able to create a happy family.

C 今天是个大喜的日子。田中结婚，我和 SAKURA 还有 AKIRA 被叫去参加婚礼了。田中的夫人是跟他同一个公司的职员，是上次去我家乡旅行的那个女的。

SAKURA 穿着和服来了，非常可爱，AKIRA 跟平时完全不同，他穿着西装，说话也很郑重，很酷。田中的家人今天也第一次见到，他们看上去都是很温和。

田中的夫人说婚后及有孩子后也想继续工作。**❶**田中也说两个人打算朝这个方向努力。**❷**我想他们俩一定会组成一个幸福的家庭的。

V Hôm nay là một ngày thực sự rất vui. Tanaka kết hôn, tôi, Sakura và Akira được mời tới lễ cưới. Người sẽ trở thành vợ của Tanaka làm cùng công ty với Tanaka, là người mà trước đây đã tới du lịch ở nước tôi.

Sakura mặc kimono đến dự trông rất xinh đẹp. Akira cũng khác hẳn mọi ngày. Cậu ta mặc vest, nói năng lịch sự, nhìn rất ra dáng. Hôm nay tôi cũng gặp gia đình Tanaka lần đầu tiên. Mọi người đều có vẻ hiền lành.

Vợ Tanaka nói sau khi kết hôn, và kể cả sau khi có con vẫn muốn tiếp tục làm việc. Tanaka cũng nói cả hai sẽ tiếp tục cố gắng để được như vậy. Tôi nghĩ, nếu là hai người này thì nhất định sẽ xây dựng được một gia đình hạnh phúc.

Lesson ㊵

E Japanese people love cherry blossoms. Cherry blossoms are not only found naturally in mountains, many are also planted in towns. That is why when the cherry blossoms bloom, you can see them all across Japan. Cherry blossoms generally bloom from the end of March to the beginning of April. **❶** It is a time after a long period of cold days when it gradually becomes warmer and people's feelings become warmer too. Many Japanese schools and companies start their new year from April, making it the season for graduations and entrance ceremonies. Something ends while something else begins.

❷ In this way, cherry blossoms have come to become related to changes in peoples' lives and feelings.

That must be why. Cherry blossoms can often appear in songs. Also, when telegrams were sent in the past about entrance exams, the phrase " サクラ サク（the cherry blossoms bloom）" was used to communicate an acceptance while " サクラ チル（the cherry blossoms fall）" was used to communicate rejection. People may still do this in e-mails.

C 日本人非常喜欢樱花。樱花不光是生长在山里的自然植物，也可以种植在大街小巷。所以到了樱花盛开的季节，整个日本都能看到樱花。樱花基本在 3 月末 4 月初盛开。**❶** 经过漫长的严冬后，天气渐渐变暖，人们的心情也变得明朗。日本的学校及公司大多从 4 月为新的一年的开始，所以这期间是毕业入学的季节，也是辞旧迎新的季节。

❷ 樱花与人们的生活和心情的变化有着密切的关系。正以为如此吧，与樱花有关的歌儿也不少。听说以前入学考试经常在电报上写「サクラ サク（樱花开了）」表示考上了，「サクラ チル（樱花落了）」表示没考上。现在也许用微信也这样通知吧。

V Người Nhật rất thích hoa anh đào. Hoa anh đào không chỉ mọc tự nhiên trên núi mà còn được trồng rất nhiều trong phố. Vì thế, vào mùa hoa anh đào nở, có thể ngắm hoa ở khắp nước Nhật. Hoa anh đào thường nở từ cuối tháng Ba đến đầu tháng Tư. **❶** Đó là lúc sau một chuỗi ngày dài lạnh giá, trời dần ấm lên, tâm trạng con người cũng vui hơn. Trường học và nhiều công ty ở Nhật Bản bắt đầu một năm mới từ tháng Tư nên đây là mùa tốt nghiệp và nhập học. Khi thứ gì đó kết thúc thì thứ khác sẽ bắt đầu.

❷ Hoa anh đào có liên quan tới cuộc sống và sự thay đổi tâm trạng của con người như vậy. Chắc hẳn đó là lý do. Nhiều khi hoa anh đào xuất hiện trong các bài hát. Ngoài ra, ngày xưa, khi truyền đạt qua điện báo, nếu thi đỗ thì nói là "サクラ サク（Hoa anh đào nở）", còn thi trượt là "サクラ チル（Hoa anh đào rụng）". Hình như ngay cả bây giờ cũng vẫn làm vậy trong email.

ふくしゅうの こたえ　Review Answers／复习答案／Đáp án bài ôn tập　　§4 (Lesson 31-40)

I　❶g　❷d　❸b　❹f　❺a　❻c

II　❶b　❷a　❸c　❹b　❺c

III　❶d　❷e　❸b　❹c　❺f

PART 2

実践！ 読解トレーニング
（じっせん）　（どっかい）

情報編
（じょうほうへん）

Try it for Real! Reading Comprehension Training

Information Section

实践！ 读解训练

情报篇

Thực tiễn! Luyện tập đọc hiểu

Tập Thông tin

Lesson
41 どの きょうかしょが 合って いますか。

アンさんには　どの　きょうかしょが　合って　いますか。

アンさんは……

A　アメリカ人で、日本の　会社に　つとめて　います。

B　いつも　会社では　英語で　話して　います。

C　日本語を　勉強した　ことが　ありますが、今、あまり　話せません。

D　月曜日から　金曜日まで、午後6時まで　仕事が　あるので、日本語の
　　クラスに　通う　時間は　ありません。

E　近所の　日本人と　日本語で　話せる　ように　なりたいです。

F　漢字を　書いたり　読んだりする　よりも、会話の　練習が　したいです。

Which textbook is the best for the situation?
哪本教科书比较适合?
Sách giáo khoa nào thì hợp?

---

① 

・仕事で　使う　日本語を　紹介します。むずかしい
　しごと　つか　にほんご　しょうかい
　会話や、漢字を　勉強できます。
　かいわ　かんじ　べんきょう

・日本語を　勉強した　ことが　ある　人で、もっと
　にほんご　べんきょう　ひと
　高い　レベルを　勉強したい　人に　ちょうど　い
　たか　べんきょう　ひと
　いです。

---

② 

・英語の　せつめいが　あるので、一人で　勉強する
　えいご　ひとり　べんきょう
　人にも　合って　います。
　ひと　あ

・初めて　会った　ときや、パーティー、買い物など
　はじ　あ　か　もの
　の　ときに　使える　会話が　練習できます。
　つか　かいわ　れんしゅう

---

③

・書く、話す、聞く、読む　練習を　しっかり　でき
　か　はな　き　よ　れんしゅう
　ます。

・日本語学校で　よく　使われている　きょうかしょ
　にほんごがっこう　つか
　です。

・日本の　大学や　せんもん学校で　勉強したい　人
　にほん　だいがく　がっこう　べんきょう　ひと
　に　いいです。

---

④ 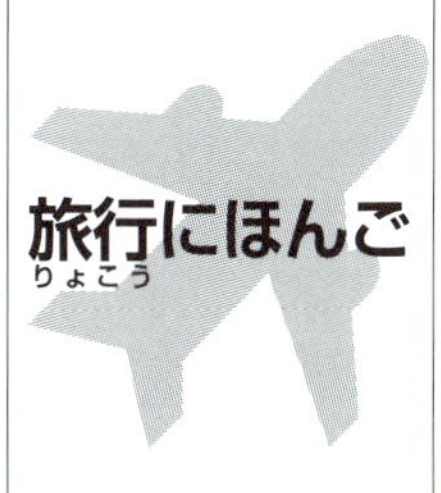

・勉強する　時間が　あまり　とれない　方でも　大
　べんきょう　じかん　かた　だい
　丈夫！　短い　時間で　勉強できます。
　じょうぶ　みじか　じかん　べんきょう

・旅行に　行った　ときに　使える、かんたんな　会
　りょこう　い　つか　かい
　話を　紹介します。
　わ　しょうかい

⟶ p.130 に つづく

Lesson

42 どれに 行きますか。
_い

リーさんは　どれに　行きますか。
_い

リーさんは……

A　シンガポールからの　留学生で、さくら市に　住んで　います。
_{りゅうがくせい}　　　　　　　　　　　_し　　_す

B　英語と　日本語が　話せます。
_{えいご}　　_{にほんご}　　_{はな}

C　日本の　文化に　きょうみが　あり、日本で　しか　できない　けいけん
_{にほん}　　_{ぶんか}　　　　　　　　　　　_{にほん}
　　が　したいです。

D　日本人と　話したいです。
_{にほんじん}　　_{はな}

E　大学は　月曜日から　金曜日。9時から　18時までです。
_{だいがく}　　_{げつようび}　　　_{きんようび}　　_じ　　　　_じ

F　土曜日と　日曜日は　アルバイトが　あるので、行けそう　にありません。
_{どようび}　　_{にちようび}　　　　　　　　　　　　　　_い
　　月曜日から　金曜日までの　ほうが　いいです。
_{げつようび}　　_{きんようび}

Which will you go to?
你来哪个?
Đi cái nào?

① さくら市 外国人の会
（し がいこくじん かい）

・日本の　生活や　文化について、
みんなで　話しましょう。
（にほん　せいかつ　ぶんか）（はな）

・さくら市に　住む　外国人の　方
なら、どなたでも、けっこうです。
（し）（す）（がいこくじん　かた）

・みんなで　食事を　しながら、ゲー
ムを　します。
（しょくじ）

7月31日（土）　19：00〜
（がつ　にち　ど）

② 英語で　話そう！
（えいご）（はな）

・英語が　上手に　なりたい　方は、
どなたでも　来る　ことが　でき
ます。
（えいご　じょうず　かた）（く）

・楽しく　会話を　したり、ゲーム
を　したり　します。
（たの）（かいわ）

・英語しか　使ってはいけない　と
いう　ルールです。
（えいご）（つか）

7月29日（木）　18:30〜
（がつ　にち　もく）

③ 日本料理　教室
（にほんりょうり　きょうしつ）

・日本料理を　習って　みませんか。
（にほんりょうり　なら）

・先生は　東京の　有名　ホテルの
料理長です。
（せんせい　とうきょう　ゆうめい）
（りょうりちょう）

・さくら市に　住んで　いる　人な
ら、どなたでも　来る　ことが
できます。
（し）（す）（ひと）（く）

7月30日（金）　13：00〜
（がつ　にち　きん）

④ お茶教室
（ちゃきょうしつ）

・着物を　着て、茶道を　習って
みませんか。
（きもの　き　さどう　なら）

・先生は　英語も　話せますので、
外国人の　方も　ぜひ、ご参加く
ださい。
（せんせい　えいご　はな）
（がいこくじん　かた　さんか）

7月29日（木）　19:00〜
（がつ　にち　もく）

⟶ p.131 に　つづく

Lesson 41 Answers

Vocabulary

□ せんもん学校　*senmon gakkō*：Vocational school／专门学校／Trường chuyên môn

---

🔑 Point

E Anne-san has studied Japanese before, but she does not talk very much now. She does not have time to go to a Japanese class.

C ANNE 学过日语，可是现在还不太会说，没时间去参加日语班的学习。

V Chị An từng học tiếng Nhật nhưng giờ không nói được mấy. Chị không có thời gian để đi học tiếng Nhật.

こたえ **2**

---

① 

- 仕事で　使う　日本語を　紹介します。むずかしい　会話や、漢字を　勉強できます。

  Introduces Japanese that can be used at work.
  ／介绍工作时使用的日语。
  ／ Giới thiệu tiếng Nhật dùng trong công việc.

- 日本語を　勉強した　ことが　ある　人で、もっと　高い　レベルを　勉強したい　人に　ちょうど　いいです。

  Perfect for those who have studied Japanese in the past and want to study it at a higher level.
  ／适合学过日语并想进一步学习的人。
  ／ Phù hợp với người đã từng học tiếng Nhật và muốn học nâng cao.

---

② 

- 英語の　せつめいが　あるので、一人で　勉強する　人にも　合って　います。

  Includes English explanations, making it a good fit for people studying on their own.
  ／因为有英文说明，适合一个人自学。
  ／ Có phần giải thích bằng tiếng Anh nên phù hợp cả với người học một mình.

- 初めて　会った　ときや、パーティー、買い物など　の　ときに　使える　会話が　練習できます。

  Allows you to practice conversations that can be used when meeting someone for the first time, going to parties, shopping, and more.
  ／可以进行初次见面及购物时使用的会话练习。
  ／ Có thể luyện đoạn hội thoại khi lần đầu gặp nhau, trong bữa tiệc hoặc khi đi mua sắm.

---

③ 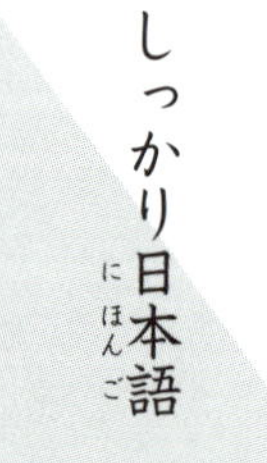

- 書く、話す、聞く、読む　練習を　しっかり　できます。

  Allows for solid writing, speaking, listening, and reading practice.
  ／可以扎实地进行听说读写练习。
  ／ Có thể luyện kỹ nghe, nói, đọc, viết.

- 日本語学校で　よく　使われている　きょうかしょです。

- 日本の　大学や　せんもん学校で　勉強したい　人に　いいです。

---

④ 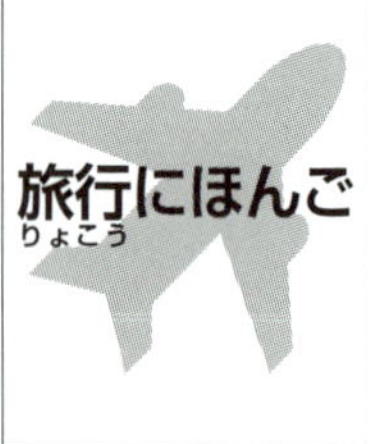

- 勉強する　時間が　あまり　とれない　方でも　大丈夫！　短い　時間で　勉強できます。

  Fine even for people who cannot make much time to study!
  ／没有时间学习的人也没问题。
  ／ Kể cả người không có mấy thời gian cũng học được!

- 旅行に　行った　ときに　使える、かんたんな　会話を　紹介します。

  Introduces simple conversations that can be used while on trips.
  ／介绍旅行时使用的简单的会话。
  ／ Giới thiệu đoạn hội thoại đơn giản có thể dùng khi đi du lịch.

Lesson ㊷ Answers

Vocabulary

□ ルール　*rūru*：rules／原则／Nguyên tắc

□ 茶道　*sadō*：Tea ceremony／茶道／Trà đạo
　（さどう）

 **Point**

ⒺLee-san has an interest in Japanese culture and wants to speak to Japanese people.
Ⓒ小李对日本的文化感兴趣，我觉得他想跟日本人会话。
ⓋAnh Li quan tâm tới văn hóa Nhật Bản nên rất muốn nói chuyện với người Nhật.

こたえ 4

① さくら市 外国人の会
　（し　がいこくじん　　かい）

・日本の　生活や　文化について、
　（に ほん　せいかつ　　ぶん か）
　みんなで　話しましょう。
　　　　　（はな）

・さくら市に　住む　外国人の　方
　（し）　　（す）　（がいこくじん）（かた）
　なら、どなたでも、けっこうです。

・みんなで　食事を　しながら、
　　　　　（しょく じ）
　ゲームを　します。

Any foreign individual living in Sakura city may participate.
／住在樱市的外国人谁都可以。
／Bất cứ người nước ngoài sống ở thành phố Sakura đều được.

7月31日（土）　19：00～
（がつ）（にち）（ど）

Let's all talk about life in Japan and Japanese culture.
／大家谈了有关日本的生活及文化。
／Hãy cùng nhau nói về cuộc sống và văn hóa Nhật Bản.

② 英語で　話そう！
　（えい ご）（はな）

・英語が　上手に　なりたい　方は、
　（えい ご）（じょうず）　　　　（かた）
　どなたでも　来る　ことが　でき
　　　　　　（く）
　ます。

・楽しく　会話を　したり、ゲーム
　（たの）　（かい わ）
　を　したり　します。

・英語しか　使ってはいけない　と
　（えい ご）（つか）
　いう　ルールです。

7月29日（木）　18：30～
（がつ）（にち）（もく）

Anyone who wishes to improve their English may come.
／想提高英语水平的人谁都可以来。
／Bất cứ người nào muốn giỏi tiếng Anh đều có thể tới.

We have a rule that states only English may be used.
／原则是只能说英语。
／Nguyên tắc là chỉ được dùng tiếng Anh.

③ 日本料理　教室
　（に ほんりょう り）（きょうしつ）

・日本料理を　習って　みませんか。
　（に ほんりょう り）（なら）

・先生は　東京の　有名　ホテルの
　（せんせい）（とうきょう）（ゆうめい）
　料理長です。
　（りょう り ちょう）

・さくら市に　住んで　いる　人な
　（し）　（す）　　　　（ひと）
　ら、どなたでも　来る　ことが
　　　　　　　　（く）
　できます。

7月30日（金）　13：00～
（がつ）（にち）（きん）

Anyone living in Sakura city may come.
／住在樱市的人谁都可以。
／Bất cứ người nào sống ở thành phố Sakura đều có thể tới.

④ お茶教室
　（ちゃきょうしつ）

Why not wear a kimono and learn the tea ceremony?
／不想试试穿和服学茶道吗？
／Bạn có muốn thử mặc kimono và học trà đạo không?

・着物を　着て、茶道を　習って
　（き もの）（き）（さ どう）（なら）
　みませんか。

・先生は　英語も　話せますので、
　（せんせい）（えい ご）（はな）
　外国人の　方も　ぜひ、ご参加く
　（がいこくじん）（かた）　　　　（さん か）
　ださい。

The teacher is the head chef at a famous Tokyo hotel.
／讲师是东京有名饭店的厨师长。
／Giáo viên là bếp trưởng của một khách sạn nổi tiếng ở Tokyo.

The teacher can also speak English, so foreigners are welcome.
／老师也会说英语，外国人也请参加。
／hãy giáo nói được tiếng Anh nên các bạn nước ngoài hãy tham gia.

7月29日（木）　19：00～
（がつ）（にち）（もく）

序章

パート1

§1

§2

§3

§4

パート2

さくいん

131

Lesson

43 部屋を 借りたい 人は、どう しなければ なりませんか。

9月6日 日曜日の　10時〜13時まで、料理教室の　ために　部屋を　借りたいです。どう　しなければ　なりませんか。

1　9月5日（土）までに、1560円　はらわなければなりません。
2　9月6日（日）までに、1020円　はらわなければなりません。
3　9月4日（金）までに、1560円　はらわなければなりません。
4　9月3日（木）までに、1020円　はらわなければなりません。

What does someone who wants to rent a room need to do?
想借房子的人该怎么做?
Người muốn thuê phòng phải làm gì?

緑山市文化センター
みどりやま し ぶん か

ご利用　案内
り よう　あんない

部屋の タイプ		人数	1 時間の部屋代 じ かん　へ や だい	
			月～金 げつ　きん	土、日 ど　にち
A	いちばん　大きい　部屋です。	50 人	520 円	750 円
B	料理が　できます。	20 人	340 円	520 円
C	机と　いすが　用意されて　います。	30 人	230 円	340 円
D	机と　いすが　用意されて　います。	15 人	230 円	340 円

- 使う　前の　日までに、センターに　来て、よやくを　して　ください。
  〔受付時間〕　月～金　9:00 ～ 17:00
  ※土、日は　よやくが　できません。

- よやくの　ときに　お金を　はらって　ください。

→ p.136 に つづく

Lesson
44 使えないのは どれですか。

しゅうりの　ため、トイレが　使えなくなります。使えないのは、どれですか。

1　5月7日の　10時に、2階の　男性用の　トイレ
2　5月8日の　12時に、1階の　女性用の　トイレ
3　5月7日の　15時に、2階の　女性用の　トイレ
4　5月9日の　11時に、2階の　女性用の　トイレ

Which cannot be used?
不能用的是哪个?
Cái nào không dùng được?

<u>トイレの　しゅうりについて</u>

　2階の　＊女性用の　トイレは、しゅうりの　ため、つぎの　時間は
使う　ことが　できません。

　　5月7日（水）　9時〜21時（一日）
　　5月8日（木）　9時〜17時

　※2階の　＊男性用の　トイレは、使う　ことが　できます。

しゅうりを　して　いる　間は、1階　または　3階の　トイレを　使って
ください。

しゅうりの　あとは、今までと　同じ　ように　使う　ことが　できます。

＊女性：女の　人
＊男性：男の　人

→ p.137に　つづく

Lesson 43 Answers

Vocabulary

□ センター　*sentā*：A central institution／主要机关／Cơ quan trung tâm

🔑 **Point**

E What days can reservations be made on? What day will the cooking class be held on?

C 可以预约的是星期几？ 料理教室星期几使用？

V Có thể đặt chỗ vào thứ mấy? Lớp học nấu ăn diễn ra vào thứ mấy?

こたえ **3**

緑山市文化センター
みどりやましぶんか

ご利用　案内
りよう　　あんない
— How to Use These Facilities／利用说明／Hướng dẫn sử dụng

部屋の タイプ へや Room Type ／房间类型 ／Loại phòng		人数 にんずう # of People ／人数 ／Số người	1 時間の部屋代 じかん　へやだい Hourly room rate／ 一个小时的房间费／Giá phòng 1 giờ	
			月～金 げつ　きん	土、日 ど　にち
A	いちばん　大きい　部屋です。 おお　　　　へや Our largest room.／是最大的房间／Phòng to nhất	50 人 にん	520 円 えん	750 円 えん
B	料理が　できます。 りょうり Food is allowed.／还可以做饭。／Phòng có thể nấu ăn	20 人 にん	340 円 えん	520 円 えん
C	机と　いすが　用意されて　います。 つくえ　　　　ようい Tables and chairs are available for use.／桌子和椅子也准备好了。／Có sẵn bàn và ghế	30 人 にん	230 円 えん	340 円 えん
D	机と　いすが　用意されて　います。 つくえ　　　　ようい Tables and chairs are available for use.／／Có sẵn bàn và ghế	15 人 にん	230 円 えん	340 円 えん

- 使う　前の　日までに、センターに　来て、よやくを　して　ください。
つか　まえ　ひ　　　　　　　　　　　　　　き
— Please come to the center a day before you would like to use the room at the latest to make a reservation.／至使用的前一天为止，请到中心来预约。／ Trước ngày sử dụng, hãy tới trung tâm để đặt chỗ.

〔受付時間〕　月～金　9:00 ～ 17:00
うけつけじかん　げつ　きん
※土、日は　よやくが　できません。
ど　にち
Reception Hours／受理时间／Giờ tiếp nhận

- よやくの　ときに　お金を　はらって　ください。
かね
— Please pay when you make your reservation.／预约时请付钱。／ Hãy trả tiền khi đặt chỗ.

Lesson ㊹ Answers

Vocabulary

☐ しゅうり（する）　*shūri(suru)*：Repair／修理／Sửa chữa　　　☐ 〜用　*yō*：For〜／用〜／Dành cho

**Point**

🄔 When to when will the repairs be taking place? Which floor(s) can the toilets be used on during repairs?

🄖 修理从几点到几点？　　修理时用几楼的厕所？

🅥 Sửa chữa từ mấy giờ đến mấy giờ? Khi sửa thì dùng nhà vệ sinh ở tầng mấy?

こたえ 3

トイレの　しゅうりについて

Regarding restroom repairs／有关厕所的修理／Về việc sửa chữa nhà vệ sinh

2階の　＊女性用の　トイレは、しゅうりの　ため、つぎの　時間は　使う　ことが　できません。

The ladies' restroom on the second floor will be unusable during the following hours due to repairs.
／二楼的女厕所因为要修理，以下时间禁止使用。
／ Do nhà vệ sinh nữ trên tầng 2 tiến hành sửa chữa nên sẽ không sử dụng được vào các giờ sau.

5月7日（水）　9時〜21時（一日）

5月8日（木）　9時〜17時

※2階の　＊男性用の　トイレは、使う　ことが　できます。

The men's restroom on the second floor can be used.
／可以使用二楼的男厕所。
／ Nhà vệ sinh nam trên tầng 2 sử dụng được.

しゅうりを　して　いる　間は、1階　または　3階の　トイレを　使って　ください。

Please use the restrooms on the first or third floors during these repairs.
／修理期间请使用一楼或三楼的厕所。　／ Trong thời gian sửa chữa, hãy sử dụng nhà vệ sinh ở tầng 1 hoặc tầng 3.

しゅうりの　あとは、今までと　同じ　ように　使う　ことが　できます。

After the repairs, the restrooms will return to being usable.
／修理后可以正常使用。
／ Sau khi sửa chữa sẽ sử dụng giống như trước đây.

Lesson

45 どの アルバイトが できますか。

グエンさんは　どの　アルバイトが　できますか。

グエンさんは……

A　19 さいで、大学に　通って　います。

B　グエンさんは、今まで　アルバイトを　した　ことが　ありません。

C　夏休みだけ　アルバイトを　しようと　思って　います。

D　毎週　木曜日の　午前中は　勉強会が　あります。それ　以外の　時間は、
　　いつでも　はたらけます。

E　車の　うんてんは　できません。

What part-time job can be done?
你能打哪个工?
Có thể làm được công việc nào?

---

①

にもつを　はこぶ　アルバイト

・18 さい　以上で、車の　うんてん
　が　できる　方

・1 週間に　3 日〜5 日、13 時半か
　ら　19 時半まで　はたらける　方。

---

②

レストランで　お皿を　洗う　アルバイト

・月曜日、木曜日、金曜日の　17 時
　から　21 時まで　はたらける　方。

・レストランで　はたらいた　こと
　が　ない　人でも　大丈夫です。

---

③

スーパーの　レジの　アルバイト

・土曜日、日曜日　9 時から　5 時
　まで　はたらける　方。

・スーパーで　はたらいた　ことが
　ある　方

---

④

工場の　アルバイト

・一週間に　3 回　以上、1 日　5 時
　間　はたらける　方。

・学生も　OK。

・長く　つづけられる　方。

⟶ p.140 に　つづく

Lesson 45 Answers

Vocabulary

☐ にもつ　*nimotsu*：Baggage／行李／Hành lý

☐ はこぶ　*hakobu*：Carry／搬运／Khuân vác

☐ うんてん（する）　*unten(suru)*：Drive／开车／Lái xe

☐ レジ　*reji*：(Cash) register／收款处／Máy tính tiền

 **Point**

E Nguyen-san is looking for a part-time job for just the summer.

C GUEN 只找暑假期间打工的活儿。

V Anh Nguyen chỉ tìm việc làm thêm trong dịp nghỉ hè.

こたえ 2

---

① **にもつを　はこぶ　アルバイト**
Carrying baggage／搬运／Khuân vác hành lý

- 18 さい　以上で、車の　うんてん　が　できる　方
Individuals over eighteen years old who can drive
／18岁以上会开车的
／Người trên 18 tuổi, có thể lái xe.

- 1 週間に　3日～5日、13時半から　19時半まで　はたらける　方。

---

② **レストランで　お皿を　洗う　アルバイト**
Wash dishes／洗碗／Rửa bát

- 月曜日、木曜日、金曜日の　17時　から　21時まで　はたらける　方。

- レストランで　はたらいた　ことが　ない　人でも　大丈夫です。
People with no experience working at restaurants are also fine.
／没有在餐饮业工作经验的人也可以。
／Chấp nhận người chưa từng làm việc ở nhà hàng.

---

③ **スーパーの　レジの　アルバイト**
Supermarket register
／超市收款处／Tính tiền ở siêu thị

- 土曜日、日曜日　9時から　5時　まで　はたらける　方。

- スーパーで　はたらいた　ことが　ある　方
Individuals who can work three or more times a week for five hours a day.
／一周三次以上，一天可以工作 5个小时的人。
／Người có thể làm một tuần 3 buổi, mỗi buổi 5 tiếng.

---

④ **工場の　アルバイト**
Factory／工厂／Nhà máy

- 一週間に　3回　以上、1日　5時間　はたらける　方。

- 学生も　OK。

- 長く　つづけられる　方。
Individuals who will continue for a long time.
／能够长期干下去的人。
／Người có thể làm việc lâu dài.

さくいん
INDEX
索引
Chi mục

～中（に） ちゅう	今週中に 返事を ください。 こんしゅうちゅう　へんじ	9
～つづける	足が 痛かったですが、歩きつづけました。 あし　いた　　　　　　　　ある	35
～って	先生は 明日 テストを するって 言いました。 せんせい　あした　　　　　　　　い	36
～つもり	8月に 国に 帰る つもりです。 がつ　くに　かえ	1
～てあげる	にもつを 一つ 持ってあげました。 ひと　も	11
～ていく	彼は これから 有名に なって いくでしょう。 かれ　　　　　　ゆうめい	39
～ている	今、バスを 待って います。 いま　　　　　　ま	1
～ているところ	今、レポートを 書いて いる ところです。 いま　　　　　　か	36
～ておく	ビールを 冷やして おきましょう。 ひ	25
～てくる ［動作の方向・対象］ どうさ　ほうこう　たいしょう	ときどき、電話が かかって きます。 でんわ	19
～てくる ［状態の変化］ じょうたい　へんか	電車の 中が 込んで きました。 でんしゃ　なか　こ	20
～てくれる	彼が 本を かして くれました。 かれ　ほん	21
～てしまう	さいふを なくして しまいました。	2
～てばかり	弟は ゲームを して ばかりで、勉強を しません。 おとうと　　　　　　　　　　べんきょう	33
～てほしい	少し てつだって ほしいです。 すこ	10
～てみる	人気の おかしなので、1つ 買って みました。 にんき　　　　　　　　　　か	25
～でも	とても かんたんで、子どもでも わかります。	23
～ても（～ない）	走っても、もう 間に 合いません。 はし　　　　　　ま　あ	8
～てもいい	今日は 仕事に 行かなくても いいです。 きょう　しごと　い	10
～でもかまわない	電話は 明日でも かまいません。 でんわ　あした	29
～てもらう	先生に 説明して もらいました。 せんせい　せつめい	7
～と ［条件］ じょうけん	①雨が 降ると、中止に なります。 あめ　ふ　　　ちゅうし ②薬を 飲むと、少し 楽に なりました。 くすり　の　　　すこ　らく	2
～という	試験は 来週に なった という 話です。 しけん　らいしゅう　　　　　　　はなし	25
～と思う おも	歩いて 行くのは 大変だと 思います。 ある　い　　　　たいへん　　　おも	13
～とか	やさいとか くだものとか を 買いました。 か	31
～ところ	これから 飛行機に 乗る ところです。 ひこうき　の	9
～とも	二人とも、おくれて 来ました。 ふたり　　　　　　　き	19
なかなか～ない	なかなか 日本語が 上手に なりません。 にほんご　じょうず	29
～なくてはいけない ／～ないといけない	会社に 連絡しなくては いけません。 かいしゃ　れんらく	17
～なくてもいい	飲みものは 買わなくても いいです。 の　　　　　　か	15
～なくてもかまわない	住所は 書かなくても かまいません。 じゅうしょ　か	36
～なければならない	今日は 病院に 行かなければ なりません。 きょう　びょういん　い	6
～なら	安い スーパーなら、「さくらや」が いいですよ。 やす	38
～について	日本の 文化に ついて、しらべて います。 にほん　ぶんか	26

● 著者

水谷 信子
（お茶の水女子大学・明海大学名誉教授、元アメリカ・カナダ大学連合日本研究センター教授）

レイアウト・DTP	オッコの木スタジオ
カバーデザイン	花本浩一
本文イラスト	杉本智恵美
翻訳	Alex Ko Ransom ／司馬黎／王雪
	Thuy Lan ／近藤美佳／ Duong Hoa
編集協力	黒岩しづ可／高橋尚子／岩成幸子

ご意見・ご感想は下記の URL までお寄せください。
http://www.jresearch.co.jp/kansou/

日本語 N4　文法・読解まるごとマスター

平成29年（2017 年）　　9 月 10 日　初版 第 1 刷発行
令和元年（2019 年）　　7 月 10 日　　　第 2 刷発行

著　者　水谷信子
発行人　福田富与
発行所　有限会社 J リサーチ出版
　　　　〒 166-0002　東京都杉並区高円寺北 2-29-14-705
電　話　03(6808)8801（代）　FAX 03(5364)5310
編集部　03(6808)8806
　　　　http://www.jresearch.co.jp
　　　　twitter 公式アカウント　@ Jresearch_
　　　　https://twitter.com/Jresearch_
印刷所　（株）シナノ パブリッシング プレス

ISBN 978-4-86392-352-2